शोध

....हरवलेल्या आनंदाचा

आयुष्य हे सोपं नसतं तर ते सोपं करावं लागतं.
थोडा संयम ठेवून, थोडं सहन करून, तर बरंचसं दुर्लक्ष करून.

कर्तव्य आणि जबाबदारी या पलीकडेही काही गोष्टी महत्त्वाच्या असतात,
त्या म्हणजे समाधान आणि आनंद.

निशु जोशी

BlueRose ONE.com
Stories Matter
NewDelhi • London

BLUEROSE PUBLISHERS
India | U.K.

Copyright © Nishu Joshi 2024

All rights reserved by author. No part of this publication may be reproduced, stored in a retrieval system or transmitted in any form or by any means, electronic, mechanical, photocopying, recording or otherwise, without the prior permission of the author. Although every precaution has been taken to verify the accuracy of the information contained herein, the publisher assumes no responsibility for any errors or omissions. No liability is assumed for damages that may result from the use of information contained within.

BlueRose Publishers takes no responsibility for any damages, losses, or liabilities that may arise from the use or misuse of the information, products, or services provided in this publication.

For permissions requests or inquiries regarding this publication, please contact:

BLUEROSE PUBLISHERS
www.BlueRoseONE.com
info@bluerosepublishers.com
+91 8882 898 898
+4407342408967

ISBN: 978-93-5989-232-0

Cover design: Shivam
Typesetting: Namrata Saini

First Edition: January 2024

आयुष्य हे सोपं नसतं तर ते सोपं करावं लागतं.
थोडा संयम ठेवून, थोडं सहन करून, तर बरंचसं दुर्लक्ष करून.

कर्तव्य आणि जबाबदारी या पलीकडेही काही गोष्टी महत्त्वाच्या असतात त्या म्हणजे समाधान आणि आनंद.

श्रेयनिर्देश

हो, मी माझी पहिली पायरी चढली आहे, खरंच वाटत होतं तितकं सोपं नव्हतं. होय मी माझे पहिले पुस्तक लिहिले आहे. जगातील सर्व प्रेमळ मातांना समर्पित. कुणीतरी म्हटलेय, गंतव्य स्थानापेक्षा प्रवास महत्त्वाचा आहे, हो हे शब्दशः खरं आहे.

मी हे माझे पहिले पुस्तक माझ्या लाडक्या आईला (सौ. शोभा वैद्य) समर्पित करू इच्छिते आणि माझ्या आयुष्यातील पहिले पाऊल टाकायला सुरुवात केली तेव्हा माझी करंगळी धरणाऱ्या वडिलांचे (श्री. रमेश वैद्य) आभार मानू इच्छिते.

मी, माझे सासरे (दिवंगत श्री. सुधाकर जोशी) आणि सासू (कुसुम जोशी) यांची आभारी आहे, ज्यांनी मला हे पुस्तक लिहिण्यास प्रेरित केले आणि माझ्या लेखनाच्या प्रयत्नात मला नेहमीच साथ दिली.

मी माझा मोठा भाऊ (श्री. संदीप वैद्य) व वहिनी (सौ. रुपाली वैद्य) ज्यांनी नेहमीच माझ्या लिखाणाचे कौतुक केले व धाकटा भाऊ (श्री. भूषण वैद्य) व वहिनी (सौ. वैभवी वैद्य) ज्यांनी मला माझे पुस्तक लिहिण्यास प्रोत्साहित केले यांचे त्याबद्दल आभार मानू इच्छिते.

आणि सर्वात शेवटी माझी माऊ (माझा मुलगा – अर्णव) आणि माझे पती (निलेश) यांचे या लेखन प्रवासात सहकार्य केल्याबद्दल आभार मानू इच्छिते.

प्रास्ताविक

घरासाठी, घरातील प्रत्येकाच्या आनंदासाठी दिवस-रात्र झटणारी ती...... प्रत्येकाचं स्वप्न साकार करण्यासाठी स्वतःच्या स्वप्नांना, इच्छा अपेक्षांना तिलांजली देणारी ती...... घरातील प्रत्येकाच्या स्वप्नांचा, यशाचा बंगला बांधताना त्यांचा भक्कम पाया बनलेली ती....... स्वतःला, स्वतःच्या आनंदाला, समाधानाला नेहमीच दुय्यम स्थान देणारी ती...... घराची ओळख निर्माण करता करता स्वतःची ओळख हरवलेली ती....... प्रत्येक घरातील गृहलक्ष्मी होय तीच ती......... गृहिणी.

कुटुंबासाठी असणारी आपली सारी कर्तव्य जबाबदाऱ्या व्यवस्थित पार पडूनही आपण स्वतःसाठी मात्र काहीच केले नाही, आपली स्वतःची अशी ओळख आपण निर्माण करू शकलो नाहीत. त्याबद्दल स्वतःला दोष देऊन स्वतःबद्दलचा आदर हळूहळू स्वतःच्या तिरस्कारात कसा काय रूपांतरित होत जातो हे तिचेच तिला कळत नाही अशाच झाकोळलेल्या स्वप्नांच्या शोधात, हरवलेल्या आनंदाच्या शोधात असणाऱ्या माझ्या प्रत्येक मैत्रिणीसाठी समर्पित........

प्रत्येक गृहिणीला समाजाच्या नजरेत, त्याचबरोबर स्वतःच्या नजरेत आदराचे स्थान मिळावे त्यासाठी केलेला एक छोटासा प्रयत्न......

शोध हरवलेल्या आनंदाचा

शोध सुखाचा, शोध सुखाचा,
एकच ध्यास वेड्या मनाचा.
संकटांशी तोंड देत करत प्रवास,
सुख मिळविणे हाच प्रत्येकाचा अट्टाहास.

प्रत्येकाच्या मनात असते आस ही सुखाची,
याच सुखाच्या आशेवर वाट चालतो तो जीवनाची.
सुखाच्या शोधात मन होते कासावीस आणि व्याकुळ,
बेधुंद मनाची लहर मनालाच टाकते हेलावून.

स्वप्नांच्या दिशेने टाकले आता पहिले पाऊल,
भिरभिरणाऱ्या माझ्या मनाला लागली सुखाची चाहूल.
कधी आनंद, कधी दुःख, कधी उगाच रुसवा,
मनातल्या मनात चाललेला भावनांचा खेळ हा फसवा.

सुखांच्या आकाशात झेप घेईल उंच माझा झोका,
मनाच्या आनंद लहरीत डुंबताना तो चुकवेल मनाचा ठोका.

मनस्वी मनाला लावून अगणित कल्पनांचे पंख,
निराश, उदास जीवनाला ध्येय सापडतील असंख्य.
मौल्यवान जीवनाच्या प्रत्येक क्षणाचे कळले आता मोल,
मिळणारा हर्ष, उल्हास, आनंद-दुःख यांचा राखता येईल समतोल.

माझ्याच मध्ये दडले आहे माझे सुख,
याची एक दिवस होते अचानक जाणीव.
स्वप्नांच्या दिशेने भरारी घेत मन म्हणते,
माझ्यामध्ये तर नाही आता कसलीच उणीव.

सुख सापडले माझेच मला,
खऱ्या अर्थाने अर्थ प्राप्त झाला आता जीवनाला.

सकाळी सहाचा गजर वाजला आणि शांत साखर झोप लागलेल्या स्वातीला जाग आली. नवरा सात्विक आणि तिचा चार वर्षांचा मुलगा सत्यम यांची झोपमोड होवू नये म्हणून तीने तो घाईने उठून बंद केला. शांतपणे झोपलेल्या सात्विक आणि सत्यम कडे समाधानाने पाहून, देवाला नमस्कार केला आणि स्वातीने दिवसाला सुरुवात केली.

पुणे शहरातील कोरेगाव पार्क भागात राहणारे हे शास्त्री कुटुंब. वीस वर्षांपूर्वी सत्यविनायक शास्त्री व गायत्री शास्त्री या दाम्पत्याने मोठ्या कष्टाने, मायेच्या ओलाव्याने, एकमेकांच्या साथीने "पारिजात" नावाचा त्यांच्या स्वप्नातील सुंदर बंगला बनवला. सत्यविनायक व गायत्री यांना दोन मुले व एक मुलगी. मोठा मुलगा संकर्षण व त्याची बायको संस्कृती व त्यांना एक मुलगी स्वरा. धाकटा मुलगा सात्विक व त्याची बायको स्वाती आणि त्यांना एक मुलगा सत्यम. संकर्षण व सात्विक यांची बहिण जुईली, ही भावंडांमध्ये सर्वात लहान. सत्यविनायक हे बॅंकेमधे मॅनेजर पदावर कार्यरत आहेत व पुढील सहा महिन्यात निव्वृत होणार आहेत. संकर्षण हा कॉलेज मध्ये गणित विषयाचा प्राध्यापक आहे. संस्कृती ही शाळेमध्ये शिक्षिका आहे. सात्विक हा डॉक्टर आहे. नेत्रतज्ञ झाल्यानंतर त्याने त्याच्या डॉक्टर मित्रांसोबत मिळुन एक सुपर स्पेशालिटी हॉस्पिटल सुरु केले. स्वाती ही गणित विषयात पदव्युत्तर आहे व त्याचबरोबर या सुंदर घराची व घरातील माणसांचीच तिच्या सासुबाई गायत्री यांच्या साथीने व मार्गदर्शनाखाली काळजी घेणारी एक गृहिणी आहे. घरातील सर्वांची लाडकी जुईली ही कॉम्प्युटर इंजिनिअर आहे व ती एका आयटी कंपनीमधे काम करते.

घराबाहेर काम करणारी प्रत्येक व्यक्ती एका चौकटीत काम करत असते, जिथे कामाच्या, वेळेच्या सीमा ठरलेल्या असतात, पण

घरात काम करणाया गृहिणीच्या कामाला किंवा कामाच्या वेळेला कुठल्याही सीमा नसतात.

स्वाती स्वयंपाक घरात आली. रोजच्या प्रमाणे सासु बाईंनी बनवलेला आल्याचा फक्कड चहा तयारच होता. आपले सगळे आवरून किचन मध्ये येईपर्यंत आपल्याला आजही उशीरच झालेला आहे असे वाटून स्वाती ओशाळली. स्वातीकडे बघून सासूबाई म्हणाल्या "स्वाती, अगोदर गरम-गरम चहा घे बघू, काहीही उशीर झालेला नाही. होईल सर्व काही सावकाश," सासूबाईनी स्वातीला चहाचा कप दिला, त्या स्वातीला व संस्कृतीला अगदी आपल्या मुलीप्रमाणेच जपत व त्यांची काळजी घेत असत. स्वाती आणि संस्कृतीला देखील सासू-सासरे आई-वडिलांप्रमाणेच वाटत, म्हणून सासूला आई व सासऱ्यांना बाबा म्हणूनच त्यांना हाक मारत.

स्वातीने चहा घेतला व नाश्ता आणि डब्ब्यांच्या तयारीला तीने सुरुवात केली, त्यात स्वयंपाक हा तर तिच्या आवडीचा विषय. दररोज नव-नविन चवदार व पौष्टिक पदार्थ बनवणे हा तर स्वातीचा आवडता छंद. सकाळचे आठ वाजले, घरातील कामावर जाणारा प्रत्येक जण (बाबा, संकर्षण, संस्कृती व सात्विक) तयार होवून नाष्ट्यासाठी डायनिंग टेबलवर हजर झाले.

किचन मधून येणारा पदार्थांचा घमघमाट सर्वत्र घरभर दरवळला होता. प्रत्येकजण आतुरतेने नाष्ट्याची वाट पाहू लागला. स्वातीने सर्वांसाठी आज भाजणीचे थालीपीठ बनविले होते. गरम-गरम व खुसखुशीत भाजणीचे थालीपीठ, त्यावर घरी बनविलेल्या लोण्याचा गोळा व सोबतीला शेंगदाण्याची जिरे घालून बनविलेली चटणी खावून सर्वजण तृप्त झाले आणि सर्वांनी स्वातीचे कौतुकही केले. बाबा तर

स्वातीला नेहमी म्हणतात कि, तुझ्यातील गुणांप्रमाणे तुझे नाव ठेवायचे झाले तर ते नाव 'अन्नपूर्णा' या व्यतिरिक्त असूच शकत नाही.

तसे पाहिले तर संस्कृती ही शास्त्री परिवारातील मोठी सुन. उच्चशिक्षित, स्वतःच्या पायावर उभी राहून आत्मनिर्भर बनलेली. माहेरच्या श्रीमंतीमुळे मोठ्या लाडात वाढलेली शिवाय रंगाने गोरी असल्यामुळे आपण सौंदर्यवान आहोत असा समज करून प्रत्येक वेळी, प्रत्येक गोष्टीमध्ये स्वातीला हिणवून घरातील जबाबदार्‍यांपासुन अलिप्त राहणारी. स्वातीची किचनमधील धावपळ बघुन संस्कृती स्वातीला म्हणाली, "स्वाती मी रोज तुला स्वयंपाकात मदत करण्याच विचार करते, पण माझ्या शाळेची तयारी आणि स्वराची तयारी यातच आठ कसे वाजून जातात कळत नाही. तशीही मला स्वयंपाकात फारशी रुची नाही, पण तेवढीच तुला थोडीशी मदत म्हणून मी काही वेळेस किचन मध्ये डोकावते." मिश्किल हास्य करत बोलणार्‍या संस्कृतीचे उद्गार ऐकून स्वाती म्हणाली, "असू दया हो ताई, तुम्ही केले काय, मी केले काय. काही फरक पडत नाही. दिवसभर शाळेमध्ये मूलांना शिकवणे त्याव्यतिरिक्त ही शाळेची अनेक कामे असतात कि, तुम्हीही थकून जात असाल." एवढ्यातच जुईली ही घाईघाईने तयार होवून किचन मध्ये आली व स्वातीला म्हणाली, वहिनी माझा डब्बा लवकर पॅक करून दे, आज मला थोडे लवकर जायचे आहे ऑफिसला.

संकर्षण व संस्कृती स्वराला घेवून निघून गेले. बाबा आणि जुईली ही आप-आपल्या कामाच्या ठिकाणी रवाना झाले. सात्विक ही हॉस्पीटलला जाण्यासाठी तयार झाला. जेवणाचा डबा वेळेवर खाण्याची सूचना देत स्वाती त्याला निरोप देण्यासाठी गेटपर्यंत आली. कारमध्ये बसून स्वातीचा निरोप घेवून सात्विक ही हॉस्पीटलच्या दिशेने निघून

गेला. एव्हाना नऊ वाजले होते. अजून सत्यमला उठवून, त्याची शाळेची तयारी करून त्याला शाळेत सोडवायला देखील जायचे होते. स्वाती लगबगीने आपल्या रूम मध्ये आली. शांत झोपलेल्या सत्यमला उठवण्याचे तिच्या खूप जीवावर आले होते, पण तिने त्याला उठवले. चिऊ-काऊ च्या गोष्टी सांगत त्याला शाळेसाठी तयार केले व त्याच्या साठी बनवलेला त्याच्या आवडीचा शीरा त्याला भरवला. स्वातीने तीची स्कुटी काढली व ती छोट्या सत्यमला शाळेत सोडून आली.

सकाळचे दहा वाजले होते. सकाळची धावपळ संपली होती, स्वाती थोडी स्थिरावली. अंगणातल्या झोपाळ्यावर बसून बागेत फूललेल्या फूलांकडे बघण्यात ती हरवून गेली. अंगणातच स्वातीने एक छान बहारदार बाग फूलवली होती. ती रंगीबेरंगी, टवटवीत फुललेली फूले बघून, स्वातीचा थकवा नाहीसा झाला. आता तीला भुकेची जाणीव झाली. एवढ्यातच स्वातीच्या मोबाईलची बेल वाजू लागली. नेहमीप्रमाणे तो सात्विकचाच फोन होता. “हॅलो, स्वाती, सत्यमला शाळेत सोडून आलीस का? मला माहीत आहे, तू अजून काहीही खाल्ले नसेल हे तुझे नेहमीचेच आहे, लवकर खावून घे." सात्विकला आपल्या विषयी वाटणारी काळजी पाहून स्वातीचे मन नेहमीच भरून येत असे. स्वतःची न्याहारी आवरून स्वातीने घरातील इतर कामे आवरली. एवढ्यात राधा मावशी आल्या, राधा मावशी गेल्या पंधरा वर्षांपासून स्वातीच्या घरात काम करतात. साधारणपणे पन्नाशीच्या असलेल्या राधा मावशी काम मात्र चपळपणे करतात. आपण बनवलेल्या पदार्थांचा घासातील घास, आणि राधामावशींचा आवडता चहा त्यांना न चूकता देणे हे काम मात्र स्वाती नित्यनेमाने करते.

दुपारी सत्यम आणि स्वरा शाळेतून घरी आल्या नंतर, त्यांना जेवू घालणे, झोपवणे, शाळेचा अभ्यास करवून घेणे, संधाकाळी त्यांना शेजारच्या बागेत खेळण्यासाठी घेवून जाणे व रात्रीचा स्वयंपाक बनवणे, सर्वांची जेवणं, आवरा-सावर आणि दुसऱ्या दिवशीची तयारी असा हा स्वातीचा व्यस्त दिनक्रम. या सगळयांमध्ये मात्र स्वाती आणि सात्विक ने थोडा वेळ एकमेकांसाठी राखून ठेवला होता रात्रीची जेवण झाल्यानंतर ते दोघे शतपावलीसाठी बाहेर पडतात. याच वेळेत दिवसभरात घडलेल्या घटनांची, गोष्टींची देवाण घेवाण त्यांच्यात होते. रोजच्या प्रमाणे स्वाती आणि सात्विक शतपावली उरकून घरी आले, बाबा कोणाशी तरी फोनवर बोलत होते, " हो चालेल, रविवारी सकाळी अकरा वाजता आम्ही वाट बघतो." हे ऐकून सात्विकने प्रश्नार्थक चेहऱ्याने बाबांकडे पाहिले. बाबांनी फोन ठेवला आणि स्वातीला सर्वांना हॉलमध्ये बोलवण्यास सांगितले. सर्वजण हॉलमध्ये जमा झाले, प्रत्येकजण बाबांनी कशासाठी बोलावले असेल, याबद्दल विचार करत होता. सर्वांच्या चेहऱ्यावरील उत्सूकता बाबांच्या नजरेतून सूटली नव्हतीच, त्यांनी बोलण्यास सुरुवात केली, "गायत्री माझे, बँकेतील मित्र प्रमोद भावे यांनी आपल्या जुईली साठी एक स्थळ सूचवले आहे. भावे यांचे जवळचे नातेवाईक प्रभाकर किर्लोस्कर, त्यांचा मुलगा आदित्य हा कम्प्युटर इंजिनिअर आहे. भरपूर पॅकेज असलेला चांगल्या मोठ्या कंपनीत कार्यरत आहे शिवाय पुण्यात स्वतःचा मोठा बंगला आहे फ्यूचर इन्व्हेस्टमेंट म्हणून मुंबईत देखील एक फ्लॅट घेवून ठेवला आहे. आदित्य हा किर्लोस्करांचा एकुलता एक मुलगा आहे. प्रभाकर किर्लोस्कर हे नामवंत वकील आहेत." प्रत्येकजण अगदी काळजीपूर्वक बाबांचे बोलणे ऐकत होता. सर्वांच्या चेहऱ्यावर आनंदाचे भाव होते. स्वाती मात्र जुईलीच्या चेहऱ्यावरील छटा न्याहाळत होती

जुईलीच्या मनात अनेक शंका कुशंका, भावभावनांना उधान आले होते हे मात्र स्वातीने अचूक टिपले.

"जुईली तुला काही बोलायचे आहे का? तुझ्या मनात काय असेल ते स्पष्टपणे विचारण्याचा आणि सांगण्याचा तुला पूर्ण अधिकार आहे. लग्नाविषयी असलेली तुझी प्रत्येक इच्छा अपेक्षा व विचार यांचा आदर केला जाईल तुझ्यावर कुठल्याही प्रकारचा दबाव नसेल. रविवारी किर्लोस्कर मंडळी भावे काकांसोबत आपल्या घरी येतील. तू आदित्य व इतर मंडळींशी भेट बोल आणि त्यानंतर तुझा निर्णय घे." बाबांचे बोलणे ऐकून जुईलीला खूप धीर आला.

आईच्या चेहऱ्यावरील आनंद व तगमग, संकर्षण व सात्विकच्या चेहऱ्यावरील बहिणी विषयी वाटणारी काळजी, स्वाती निरखून बघत होती. स्वाती कडे बघत आई म्हणाल्या, "स्वाती, जुईलीला तयार करणे व पाहुणे मंडळींचा चहा नाश्ता ही जबाबदारी तुझी." आईचा हात हातात घेऊन त्यांना आधार देत स्वातीने कार्यक्रमाची सारी जबाबदारी स्वीकारली व सर्व कामे वेळेत पार पाडण्याचे आश्वासन दिले.

एवढा वेळ शांत असलेली संस्कृती आता स्वातीला म्हणाली, "स्वाती, बघ बर का आज शुक्रवार आहे. जेमतेम उद्याचा दिवस आहे तयारीसाठी तुझ्या हातात. पाहुणे मंडळी सुशिक्षित आणि भरपूर सधन आहेत, तेव्हा त्यांचा पाहुणचार चांगल्या पद्धतीनेच झाला पाहिजे. तुला काही मदत हवी असेल तर सांग." या सर्व चर्चेनंतर सर्वजण झोपण्यासाठी आप-आपल्या रूममध्ये गेले.

सत्यम ला घेऊन स्वाती आणि सात्विक रूम मध्ये आले. झोपेने सुस्तावलेल्या सत्यमला कुशीत घेऊन स्वाती मायने थोपटू लागली. "स्वाती, तुला हवा असणाऱ्या वस्तूंची यादी बनवून ठेव, उद्या शनिवार

आहे, मी दुपारपर्यंतच हॉस्पिटल मधून घरी येईल, त्यानंतर मी तुझ्यासोबत मार्केटमध्ये येईल." सात्विक च्या बोलण्याचा स्वातीला खूपच आधार वाटला. दिवसभराच्या धावपळीने दमलेल्या स्वातीला शांत झोप लागली.

रोजच्या प्रमाणे सकाळी लवकर उठून स्वातीने सर्वांसाठी नाश्ता बनवला आज शनिवार असल्यामुळे सकाळी डब्यांची घाई नव्हती तरीही तिने सकाळीच दुपारच्या स्वयंपाकाची सर्व तयारी करून ठेवली. शनिवारी शाळा कॉलेजला सुट्टी असल्यामुळे सर्व मंडळी आरामात उठतात स्वातीने स्वतःसाठी व सात्विक साठी त्याच्या आवडीचा आल्याचा चहा बनवला. प्रत्येक शनिवार रविवार आपल्या बाल्कनीत बसून सकाळचा आणि संध्याकाळचा चहा सोबत पिणे हे त्यांचे ठरलेले.

सकाळचे कोवळे ऊन, हवेत गारवा, हातात गरम चहाचा कप आणि जिवलगा सोबत मनातील भावना व्यक्त करत असताना वेळ कसा निघून गेला हे स्वाती आणि सात्विक ला कळलेच नाही. "चल सात्विक, आवर लवकर. तुला हॉस्पिटलला जाण्यासाठी उशीर होईल नाहीतर. आज दुपारी लवकर घरी येण्याचे लक्षात आहे ना? आपल्याला मार्केटमध्ये जायचे आहे. खूप तयारी करायची आहे अजून." अचानक कामाची आठवण होऊन गोंधळलेल्या स्वातीचा हात हातात घेऊन सात्विक म्हणाला, "स्वाती, मी आज हॉस्पिटलला जाणार नाहीये, सगळी तयारी आपण दोघे मिळून करूयात. तू काहीही काळजी करू नकोस. आता मी दोन दिवस तुझ्या सेवेत आहे तू आवर लवकर आपण अगोदर बाहेरची कामे करून येवुयात. ड्रायव्हर मॅडमच्या सेवेत हजर आहे. तुम्ही तयार झालात की आदेश द्या लगेच गाडी काढतो मॅडम." सात्विक च्या

बोलण्याने स्वातीच्या चेहऱ्यावरचा, मनावरचा ताण एकदम नाहीसा झाला आणि दोघेही खळखळून हसू लागले.

पाहुण्यांच्या पाहुणचारासाठी लागणाऱ्या सर्व वस्तूंची खरेदी करून स्वाती आणि सात्विक घरी परतले. स्वातीला पाहताच बऱ्याच वेळेपासून आईच्या भेटीसाठी कासावीस झालेला सत्यम तिला बिलगला. स्वातीने सत्यम ला उचलून घट्ट आपल्या उराशी कवटाळले. सर्वजण कौतुकाने त्यांच्याकडे बघत होते. "स्वाती, आता गळाभेट झाली असेल तर जरा जुईलीशी बोलून घे, तिची काय तयारी करावयाची आहे ते तिच्याशी बोलून ठरवून घ्या. उद्या वेळेवर काही गडबड व्हायला नको." आईना होकारार्थी मान हलवून स्वातीने लाडावलेल्या सत्यम ला सात्विक कडे दिले व ती जुईली च्या रूम मध्ये गेली.

जुईली तिच्या रूममध्ये शांतपणे येरझाऱ्या घालत होती. वरवर शांत दिसणारी जुईली मनामध्ये फार गोंधळलेली व घाबरलेली होती. स्वातीला पाहताच जुईली म्हणाली, "बरं झालं वहिनी तू आलीस, किती वेळची मी तुझी वाट बघत आहे. वहिनी मला खूप टेन्शन आले आहे ग!. लग्न ही आपल्या आयुष्यातील किती महत्त्वाची घटना असते आणि यावरच आपलं पुढचं आयुष्य कसं असेल हे ठरत असते. जोडीदार निवडताना जर आपली चूक झाली तर आपले संपूर्ण भविष्यच अंधकारमय होते ग! ज्याच्या सोबत आपल्याला आपले संपूर्ण आयुष्य घालवायचे आहे त्याला आपण एक दोन भेटीमध्ये कसे ओळखणार. त्याचे आणि माझे विचार जुळतील का? त्याची आणि माझी आवड निवड जुळेल का? ज्याच्यावर विश्वास ठेवून मी माझी माणसं, माझं घर सगळं सोडून त्याच्यासोबत जाईन तो खरच आयुष्यभर मला साथ देईल का? माझी जबाबदारी घेईल का? मी त्याच्यावर कसा विश्वास ठेवू? मला

काहीच सुचत नाहीये वहिनी मी काय करू?" स्वातीचा हात घट्ट हातात धरून जुईली अगदी गहिवरून स्वाती शी बोलत होती. गोंधळलेल्या जुईलीला शांत करत स्वातीने तिला झोपाळ्यावर बसवले व तिच्या शेजारी बसत स्वाती तिला म्हणाली, "जुईली, तुझ्या मनाची घालमेल मी समजू शकते. आज तु ज्या परिस्थितीतून जात आहे त्यातून प्रत्येक मुलीला जावेच लागते पण या परिस्थितीला घाबरून न जाता तिचा डोळसपणे सामना कर, तरच तू काय बरे, काय वाईट हे चांगल्या प्रकारे ठरवू शकशील. जोडीदार निवडण्याची ही जी संधी आहे तिचा योग्य प्रकारे वापर कर. जोडीदारा विषयी आपल्या असणाऱ्या अपेक्षा, कल्पना यांच्या तराजूत त्या मुलाची पारख कर. पण हे करत असताना त्याचा रंग, रूप, आर्थिक स्थिती याला जास्त महत्त्व न देता तो एक व्यक्ती म्हणून कसा आहे याला जास्त प्राधान्य दे, कुठल्याही नकारार्थी विचारांना मनात घर करू देऊ नकोस, हे जे होणार आहे हे चांगल्यासाठीच होणार आहे असा विचार कर आणि असेही होऊ शकते की उद्या तुला बघायला येणारा मुलगा हाच तुझ्या स्वप्नातील राजकुमार असू शकेल. त्याला भेटल्यानंतर आपोआपच तुला तुझ्या प्रश्नांची उत्तरे मिळतील."

स्वातीचे बोलणे जुईली मन लावून ऐकत होती. काळजीने ओढावलेल्या तिच्या चेहऱ्यावरचे निराशेचे भाव आता बदलले होते आणि चेहऱ्यावर एक हलकीशी आनंदाची छटा उमटली होती स्वाती कडे प्रेमाने बघत जुईली म्हणाली, "वहिनी, तू माझी एकदम बेस्ट फ्रेंड आहेस. मी माझ्या मनातील प्रत्येक गोष्ट अगदी मोकळेपणाने तुझ्याजवळ व्यक्त करू शकते आता माझ्या मनावरचा ताण एकदम नाहीसा झाला आहे थँक्यू वहिनी." जुईलीचे बोलणे ऐकून स्वाती म्हणाली, "पुरे आता. आभार प्रदर्शनाचा कार्यक्रम आपण नंतर करूयात. अगोदर आपल्याला उद्याच्या कार्यक्रमाची तयारी पण करायला हवी ना. चल आपण

तुझ्यासाठी एखादी सुंदर साडी व त्यावर मॅचिंग ज्वेलरी शोधूयात. तू माझ्या सोबत चल आणि माझ्या कपाटातील तुला आवडणाऱ्या साड्या बाजूला काढ आपण तुला आवडणारी आणि तुझ्यावर खुलणारी साडी नेसून बघूयात."

स्वातीने तिच्या कपाटातील सगळ्या साड्या काढून जुईली समोर बेडवर मांडल्या. त्यातील अबोली रंगाची एक साडी नेसूयात यावर स्वाती व जुईली चे एकमत झाले. ती साडी बाजूला ठेवून स्वातीने उरलेल्या साड्यांची कपाटात मांडामांड केली. जुईली ती साडी अंगावर घेऊन आरशासमोर उभी राहून स्वतःला न्याहाळत होती. त्या साडी बद्दल जुईलीला अनेक प्रश्न पडले. "वहिनी, कुठे घेतलीस तू ही साडी? किती सुंदर आहे ग! मला हा रंग खूप आवडला. या साडी बद्दलचा तुझा चॉईस मला खूप भावला. जुईलीचे बोलणे ऐकून स्वातीला हसू आले. स्वातीचे हसणे बघून जुईली आश्चर्याने तिच्याकडे बघत राहिली. "अग जुईली, या साडी बद्दलचे सारे श्रेय हे तुला सात्विक ला द्यावे लागेल. कारण सात्विक ने मला दिलेले पहिले गिफ्ट म्हणजेच ही साडी. त्याने दिलेली प्रत्येक गोष्ट मी अगदी काळजीपूर्वक जपून ठेवली आहे. जुईली यावर मॅचिंग बांगड्या व ज्वेलरी पण आहे." स्वातीने साडी, बांगड्या व ज्वेलरी एका बॅग मध्ये घालून ती बॅग जुईली कडे दिली व ती बॅग रूम मध्ये ठेवून लवकर जेवायला खाली येण्याची सूचना देत स्वाती जेवणाच्या तयारीसाठी स्वयंपाक घरात गेली.

घरातील सर्व मंडळी जेवणाच्या टेबलावर जमा झाली. आज जेवताना प्रत्येकाचे लक्ष जुईली कडेच होते. प्रत्येक जण उद्याच्या कार्यक्रमाविषयीच विचार करत होता. जुईलीकडे बघत सात्विक म्हणाला, "काय मग, झाली का उद्याची तयारी? आणि हो ती मंडळी उद्या

अकरा वाजेपर्यंतच आपल्याकडे येणार आहेत याचा विचार करून तयार होण्यास सुरुवात करा." सात्विक च्या बोलण्याची री ओढत संकर्षणही म्हणाला, "हो ना! ती मंडळी आम्हाला तरी किती वेळ बघणार, तेव्हा त्यांना जास्त वेळ ताटकळत ठेवू नका." एकमेकांना टाळ्या देत सात्विक आणि संकर्षण जुईली ची खोड काढत होते. जेवणं झाली, सगळी आवरासावर झाली, स्वाती आणि सात्विक शतपावली साठी घराबाहेर पडले.

मंद चांदण्यांचा प्रकाश, झुळझुळणारी हवा आणि वातावरणातील शांतता सुखावह वाटत होती. बराच वेळ गप्प असणाऱ्या स्वातीचा हात हातात धरत सात्विक म्हणाला, काय झालं? कसला विचार करतीयेस? सात्विक च्या बोलण्याने स्वाती विचारातून बाहेर आली. आपण आपल्या विचारांमध्ये एवढे हरवून गेलो होतो याची जाणीव होऊन तिला आश्चर्य वाटले व ती सात्विकला म्हणाली, "सात्त्विक, आज जुईलीला पाहून मला सहा वर्षांपूर्वीची मी आठवले. आज जुईली ला जसे अनेक प्रश्न पडले होते तसेच हजारो प्रश्न मला सहा वर्षांपूर्वी पडले होते, जेव्हा तू मला बघायला येणार होतास. एक डॉक्टर मुलगा आपल्याला बघायला येणार आहे, त्याच्या अपेक्षा कितीतरी मोठ्या असतील. तुझ्या तुलनेत माझे शिक्षण ही कमी वाटले मला. तुला एखादी डॉक्टर मुलगी ही सहज मिळू शकते. शिवाय मी दिसायलाही चार चौघी सारखी सर्वसाधारण व माझ्याकडे कुठल्याही प्रकारचा चांगला जॉब ही नव्हता. तेव्हा तू तुझ्यासाठी माझी निवड करावीस याचे एकही कारण मला सापडत नव्हते. स्वतःबद्दल कमीपणाची भावना मनात निर्माण होत होती. सर्वसाधारण मध्यमवर्गीय कुटुंबात मी लहानाची मोठी झाले. जिथे स्वतःला, स्वतःच्या आवडीनिवडींना, स्वतःच्या विचारांना महत्त्व, सन्मान देणारी मी एकटीच होते. आपणही स्वतःच्या पायावर उभे रहावे,

आत्मनिर्भर व्हावे, यासाठी खूप प्रयत्न केले पण परिस्थितीने साथ दिली नाही. किंवा परिस्थितीशी जुळवून घेण्यास, तिचा सामना करण्यास मी अपयशी ठरले हे म्हणणे जास्त योग्य ठरेल. आपली स्वतःची अशी विशेष ओळख, स्थान निर्माण करण्यासाठी खूप धडपड करत होते. पण छोट्या शहरातील प्रत्येक जण उराशी बाळगतो ती, 'समाज काय म्हणेल याची भीती.' मुलींनी काय करावे, काय करू नये, कसे राहावे याबद्दलच्या अवास्तव अपेक्षा व बुरसटलेले विचार यांच्या चौकटीत अडकून अनेक मुलींप्रमाणे माझी ही प्रगती खुंटली. या उलट तू एवढ्या श्रीमंत कुटुंबातला, एवढा शिकून डॉक्टर बनलेला व स्वतःच्या पायावर उभा असलेला, आधुनिक विचारांचा, दिसावयास देखना व स्मार्ट मुलगा होतास. अशा परिस्थितीत लग्नासाठी तू माझी निवड करशील अशी अपेक्षा नव्हती. तू मला नकार देशील या विचाराने मी खूप घाबरून गेले होते. मोठ्या शहरात राहणाऱ्या, भरपूर शिकलेल्या, चांगली नोकरी असणाऱ्या, प्रत्येक मुलाला शिकलेली, नोकरी करून पैसे कमवून घर खर्चासाठी हातभार लावणारी मुलगीच जोडीदार म्हणून हवी असते किंवा अशा मुलींनाच मुले लग्नासाठी प्राधान्य देतात असे ऐकत होते. प्रसंगी अशी अनेक उदाहरणे बघतही होते. मग ज्या मुली कमी शिकलेल्या आहेत किंवा स्वतःच्या पायावर उभा राहून आत्मनिर्भर झाल्या नाहीत त्यांना त्यांचा जोडीदार निवडताना, त्यांच्या अपेक्षांना महत्त्व दिले जाणार नाही, जो त्यांची निवड करेल त्या मुलाला होकार द्यावा लागेल, जोडीदाराची निवड करण्याचा अधिकार तिला नसेल. आपल्या आजूबाजूला रंग, रूप, पैसा याच गोष्टीवर सर्व काही अवलंबून असलेले चित्र मी बघत होते व त्याची मला खूप चिड येत होती.

आपल्यालाही लग्न करताना या परिस्थितीचा सामना करून स्वतःची अवहेलना सहन करावीच लागणार हे जरी निश्चित असले तरी

एक गोष्ट मी माझ्या मनाशी पक्की ठरवली होती, ती म्हणजे ज्या मुलाची, माझ्याकडून, मी पैशांसाठी नोकरी करावी अशी अपेक्षा असेल त्याला मी नकार देणार. माझ्या आनंदासाठी, माझ्या मनासाठी मी नोकरी करणे हे मला मान्य आहे पण पैशांसाठी मी नोकरी करावी या अपेक्षेवर कोणी माझ्याशी लग्नासाठी तयार होणार असेल तर हे मला मान्य नव्हते.

सात्विक तू जेव्हा मला बघायला आला होतास तेव्हा तू मला माझे नाव, आवड, छंद याबद्दल विचारलेस. माझ्या नोकरी विषयी किंवा मी नोकरी करावी याबद्दल तू एक शब्दही बोलला नाहीस आणि तीच गोष्ट माझ्या मनाला खूप भावली. तुझा हसरा चेहरा, मोकळा स्वभाव पाहून माझ्या मनावरील दडपण एकदम कमी झाले होते. मला तर तू आवडला होतास तेव्हाच मनात विचार येऊन गेला की याने जर मला होकार दिला तर याला माझा जोडीदार म्हणून निवडण्यास माझी काहीच हरकत नाही. तुझ्या श्रीमंतीचा, तुझ्या शिक्षणाचा कुठल्याही प्रकारचा गर्व तुझ्या चेहऱ्यावर किंवा वागण्यात दिसत नव्हता. सात्विक तू जेव्हा मला लग्नासाठी होकार दिलास ना तेव्हापासून माझे आयुष्यच बदलले. मला महत्व देणारी, माझ्या भावना हळुवारपणे जपणारी एक हक्काची, प्रेमाची व्यक्ती माझ्या आयुष्यात आली. तेव्हापासून मनात निर्माण होणारा एक प्रश्न आतापर्यंत मी तुला बऱ्याच वेळेस विचारला व तेवढ्याच वेळेस तु ही मला त्याचे उत्तर दिले तरीही नेहमी विचारावासा वाटतो तो म्हणजे असे काय पाहिलेस रे तू माझ्यात?"

गप्पांच्या ओघात घर केव्हा आले हे स्वाती आणि सात्विक ला कळलेच नाही. स्वातीने सात्विक च्या हातातील हात सोडवून गेट उघडले व ती बागेतून दाराच्या दिशेने निघाली. बागेतील झोपाळ्यावर बसत सात्विकने स्वातीला आवाज दिला व विचारले, मग आज तुला तुझ्या

प्रश्नाचे उत्तर नको आहे का? स्वाती आनंदाने मागे फिरली व सात्विक शेजारी झोपाळ्यावर येऊन बसली. स्वातीकडे बघत सात्विक म्हणाला, "तुला कोण म्हणाले स्वाती की तू चार चौघींसारखी सर्वसाधारण दिसणारी मुलगी आहेस. मला तर तू खूप सुंदर वाटतेस. तुझा सावळा रंग, तुझे टपोरे काळेभोर डोळे, तुझे नीटस नाक, तुझे काळेशार केस, तुझ्या निरागस चेहऱ्यावरचे ते लाजरी बुजरे किंबहुना थोडेसे घाबरलेले भाव, पण तुझ्या डोळयांमध्ये दिसणारे तुझे निर्मळ स्वच्छ मन हे सगळेच मला खूप आवडले. म्हणूनच तर तुला बघता क्षणीच मी तुझ्या प्रेमात पडलो आणि याच मुलीशी मी लग्न करणार हे मी ठरवले. आणि तसेही सौंदर्य हे फक्त व्यक्तीच्या दिसण्यात नसून त्या व्यक्तीला बघणाऱ्याच्या दृष्टीत, नजरेत असते. सौंदर्य हे फक्त त्या व्यक्तीच्या दिसण्यात नसून तिच्या विचारांमध्ये, वागण्यामध्ये असते तेच मला तुझ्या मध्ये सापडले होते. माझ्या मित्रांकडून लग्न जमण्याविषयीचे त्यांचे बरेच अनुभव मी ऐकले होते. प्रत्येक मुलीने बघायला आलेल्या मुलासमोर एक अट ठेवली होती, ती म्हणजे लग्नानंतर ती तीच्या करिअरला ब्रेक देणार नाही, ती घरात बसून घरकाम करून घरातल्यांचा विचार करून, मुलांचा विचार करून आयुष्य वाया घालवणार नाही. तीला तीच्यावर कुठलेही निर्बंध घातलेले चालणार नाही. मित्रांचे अनुभव ऐकून आपण लग्न करणार आहोत की एखादा करार हेच मला कळत नव्हते. वेडाबाई, लग्न जुळवताना जेवढे प्रश्न मुलीला असतात तेवढेच प्रश्न त्या मुलाला सुद्धा असतात जसे की ही मुलगी आपल्या घरात सामावली जाईल का? ती आपल्याला आपल्या घरातील लोकांना आपले से करून आपल्याशी प्रेमाने, सलोख्याने, एक विचाराने राहून घराला घरपण देऊन संसार सुखाचा करेल का? असे अनेक प्रश्न मुलांच्या मनात असतात. स्वाती तुला भेटल्यानंतर, तू माझ्यासमोर अशी कुठलीही अट ठेवली नाहीस यावरून तू स्वार्थी नाहीस हे माझ्या

लक्षात आले. त्याचबरोबर तुझ्या शांत समंजस स्वभावामुळे तू माझ्यावर, माझ्या घरावर भरभरून प्रेम करशील, तुझी सारी कर्तव्य पार पाडशील याची खात्री पटली आणि त्याच क्षणी मी लग्नाला होकार दिला. मी तुझ्यासोबत खूप सुखात खूप आनंदात आहे." स्वाती खूप कौतुकाने लक्ष देऊन एक चित्ताने सात्विक चे बोलणे ऐकत होती. मन मोकळे झाल्याचे समाधान उराशी बाळगून स्वाती व सात्विक घरात निघून गेले.

घरात सगळीकडे लगबग सुरू होती. प्रत्येक जण जमेल ते काम करण्याचा प्रयत्न करत होते. आईंना तर काय करू आणि काय नाही असे झाले होते. आईंची धावपळ पाहून स्वाती म्हणाली, "आणखीन किती धावपळ करणार आहात तुम्ही? सगळी तयारी झालेली आहे. दही घालून बनवलेली दाण्यांची चटणी व खोबऱ्याच्या वड्या तयार आहेत आणि साबुदाणा वडा नंतर गरम गरम बनवूयात." स्वातीचे बोलणे ऐकून सात्विक ने विचारले की हल्ली दाखवण्याच्या कार्यक्रमाला पोह्यांऐवजी साबुदाणा वडा देण्याची पद्धत आहे की? काय सात्विकचा प्रश्न ऐकून सर्वांना हसू आले. तेव्हा आज महाशिवरात्र आहे त्यामुळे सर्वांना उपवास असणार असे आईने त्याला सांगितले. किचन मधील सर्व व्यवस्था लावून स्वाती जुईलीच्या रूममध्ये गेली.

स्वातीच्या मदतीने साडी नेसून व सुंदर मेकअप करून जुईली छान तयार झाली. सावळ्या रंगाच्या जुईलीवर अबोली रंगाची साडी खूपच खुलून दिसत होती. सावळा रंग, मध्यम उंची, सडपातळ बांधा, नाकी डोळी निटस व आधुनिक पद्धतीचा खांद्यापर्यंत लांबी असलेल्या केसांचा स्टेप कट असलेली जुईली खूपच आकर्षक वाटत होती.

सकाळचे 11 वाजले. प्रत्येक जण पाहुण्यांची वाट बघू लागले. एवढ्यात गेट समोर एक कार येऊन थांबली. भावेकाका व त्यांच्यासोबत

आलेली पाहुणे मंडळी, सर्वजण गाडीतून खाली उतरले. त्यांच्या स्वागतासाठी आई, बाबा, संकर्षण व सात्विक गेट पर्यंत जाऊन त्यांना घरात घेऊन आले. पाहुणे घरात येऊन स्थानापन्न झाल्यानंतर भावे काकांनी दोन्हीकडच्या मंडळींचा एकमेकांशी परिचय करून देताना प्रभाकर किर्लोस्कर व त्यांची पत्नी प्रतिमा किर्लोस्कर व मुलगा आदित्य यांची शास्त्री कुटुंबाशी ओळख करून दिली.

स्वातीने किचनमध्ये जाऊन चहापानाची सर्व व्यवस्था केली. चहाचे कप ट्रेमध्ये ठेवून तो ट्रे हॉलमध्ये नेण्यासाठी जुईलीच्या हातात दिला. चहाचा ट्रे घेऊन जुईली हॉलमध्ये आली. सर्वांना चहा देऊन जुईली एका खुर्चीवर जाऊन बसली. "तुम्हाला काय प्रश्न विचारायचे असतील ते तुम्ही मुलीला विचारू शकता" असे भावे काकांनी पाहुण्यांना सांगितले. नाव, गाव, शिक्षण, नोकरी याबद्दल मुलाच्या आई-वडिलांनी जुईलीला प्रश्न विचारले. सर्व प्रश्नांची समाधानकारक उत्तरे मिळाल्यावर मुलाचे बाबा जुईलीला म्हणाले, "जुईली, हा आमचा मुलगा आदित्य. तोही कम्प्युटर इंजिनियर आहे." चेहऱ्यावर स्मित हास्य ठेवून जुईली त्यांचे बोलणे लक्ष देऊन ऐकत होती. एवढा वेळ शांत बसून सर्वांचे निरीक्षण करणाऱ्या आदित्याला त्याच्या आईने, 'तुला मुलीला काही विचारायचे असेल तर ते तू विचारू शकतोस.' अशी सूचना केली. आईच्या सांगण्यावरून त्याने जुईलीला, " तुमचा आवडता छंद कोणता?" हा एकच पहिला व शेवटचा प्रश्न विचारला. जुईलीने आदित्यकडे पाहिले. गव्हाळ रंग, उंच, बांधेसूद बांधा, घारे डोळे असणारा आदित्य तिला खूप विनम्र व समंजस वाटला. "मला कथा कादंबरी वाचायला खूप आवडते." असे उत्तर जुईलीने आदित्यच्या प्रश्नाला दिले.

जुईली ही आधुनिक विचारसरणीची स्वतःचे निर्णय स्वतः घेणारी आत्मविश्वासू, आत्मनिर्भर मुलगी असल्यामुळे तिला विचारण्यात आलेल्या प्रश्नांची उत्तरे ती न घाबरता स्पष्टपणे देत होती. स्वातीने बनवलेला साबुदाणा वडा व खोबऱ्याची वडी सर्वांना खूप आवडली. सर्वांनी तिचे खूप कौतुक केले.

"आमच्याकडे सर्वांना नवनवीन, चटपटीत, खमंग पदार्थ खायला खूप आवडतात. जुईली, तुला स्वयंपाकाची आवड आहे की नाही?" आदित्यच्या आईने जुईलीला विचारले. त्यांच्या प्रश्नाचे उत्तर देत जुईली म्हणाली, "हो, आता वहिनीच्या मदतीने काही पदार्थ बनवायला शिकत आहे." आमचा निर्णय आम्ही भावेकडे कळवतो, असे सांगून किर्लोस्कर कुटुंबाने शास्त्री परिवाराचा निरोप घेतला.

एखादी अवघड परीक्षा झाल्यानंतर विद्यार्थी जसा सुटकेचा निश्वास सोडतात त्याप्रमाणे शास्त्री परिवारातील सर्व सदस्यांनी सुटकेचा निश्वास टाकला व सर्वजण राहिलेली कामे बाजूला टाकून हॉलमध्ये एकत्र येऊन बसले. कार्यक्रम चांगला पार पडला याचे समाधान प्रत्येकाच्या चेहऱ्यावर दिसत होते, एवढ्यात घराशेजारी राहणारी स्वातीची मैत्रीण अश्विनी, स्वरा-सत्यम व तिचा मुलगा राघव यांना घेऊन स्वातीच्या घरी आली. आज सकाळपासूनच स्वरा आणि सत्यम राघव सोबत खेळण्यासाठी अश्विनीच्या घरी गेले होते. अश्विनी आणि स्वाती या दोघी समवयस्क असल्यामुळे त्यांच्यामध्ये चांगली मैत्री आहे. मूळची नाशिकची असलेली अश्विनी तिचा नवरा अविनाश व चार वर्षांचा मुलगा राघव यांच्यासोबत पुण्याला आल्यानंतर शेजारी राहणाऱ्या स्वातीशी तिची ओळख झाली आणि याच ओळखीचे रूपांतर हळूहळू घट्ट मैत्रीत झाले. गरजेच्या वेळी स्वाती आणि अश्विनी दोघीही एकमेकींच्या उपयोगी

पडतात. स्वरा आणि सत्यम दोघे घरात आले पण अश्विनी गेट जवळच उभी राहिल्याचे पाहून स्वाती बाहेर आली. स्वातीला पाहताच अश्विनी म्हणाली, "अगं, सत्यमला तुझी खुप आठवण येत होती. बऱ्याच वेळेपासून आईकडे घेऊन चल म्हणून हट्ट करत होता, म्हणून त्याला घेऊन आले. बरं तू सध्या खूप गडबडीत असशील. पाहुणेमंडळी आत्ताच जाताना दिसली तेव्हा तुझी अजून बरीच कामे राहिले असतील. मी नंतर सावकाश येईल. शिवाय राधा मावशीही कामासाठी येतीलच एवढ्यात, तेव्हा मी येते आता." अश्विनी ही खूप घाईत असल्यामुळे स्वातीनेही तिला घरात येण्याचा फारसा आग्रह केला नाही पण एका डब्यात तिने राघव साठी साबुदाणा वडा व खोबऱ्याची वडी पॅक करून दिली. स्वातीने दिलेला डबा घेऊन अश्विनी राघव सोबत तिच्या घरी निघून गेली.

जुईलीचा बघण्याचा कार्यक्रम होऊन दोन दिवस उलटून गेले परंतु पाहुण्यांचा काहीच निरोप नाही, मग त्यांचा निर्णय काय असेल? याचा शास्त्री परिवारातील प्रत्येक जण विचार करत होता. किर्लोस्करांचा निरोप येण्यासाठी जसा जसा उशीर होऊ लागला तशी सर्वांची चिंता काळजी वाढू लागली पण जुईली समोर प्रत्येक जण नॉर्मल वागण्याचा प्रयत्न करू लागले. घरातील मोकळेपणा हरवून एक तणाव निर्माण झाल्याचे स्वातीला जाणवू लागले. जुईलीच्या लग्नाविषयी, स्थळाविषयी चुकूनही आपल्या तोंडातून काही प्रश्न निघून जुईली दुखावली जाऊ नये याची प्रत्येक जण काळजी घेऊ लागले. हे स्वातीच्या नजरेतून सुटले नाही. घरातील प्रत्येक जण जुईलीची किती काळजी घेतो, तिच्यावर किती प्रेम करतो याची स्वातीला जाणीव होऊ लागली. सर्वांच्या मनावरील ताण कमी करून परस्परांमधील संवाद पूर्ववत करण्यासाठी सर्वांना एकत्र आणून प्रत्येकाच्या आवडीची तिखट, चटपटीत पाणीपुरीचा बेत करण्याची कल्पना स्वातीच्या मनात आली आणि आज

संध्याकाळी आपण पाणीपुरी बनवुयात असे स्वातीने निश्चित केले व त्याप्रमाणे तिने तयारीला सुरुवात केली. पाणीपुरीसाठी लागणारे तिखट पाणी, गोड पाणी, रगडा हे सर्व साहित्य बनवून झाले व आता तिने पुऱ्या बनवण्यासाठी सुरुवात केली. एवढ्यात संस्कृती किचनमध्ये आली व स्वातीला म्हणाली, "स्वाती, आज काय पाणीपुरी वाह, मस्त! माझी पण आज असंच काहीतरी चटपटीत खाण्याची इच्छा होती बघ. पण हे काय स्वाती? तू पुन्हा पुरी घरीच बनवतीयेस? तुला किती वेळेस सांगितले मी की पुरी आपण बाहेरून आणत जाऊयात, पण तू मात्र नको त्या गोष्टींमध्ये तुझा वेळ आणि मेहनत वाया घालत असतेस. तू घरीच असल्यामुळे तुझ्याकडे भरपूर रिकामा वेळ असतो, वाया घालण्यासाठी." असे बोलून संस्कृती तेथून निघून गेली.

स्वाती पुऱ्या करत होती पण एकीकडे मात्र संस्कृतीचे शब्द वारंवार तिच्या मनात घोळत होते. संस्कृतीचे बोलणे तिच्या मनाला लागले होते. आपण गृहिणी आहोत, घरीच असतो त्यामुळे माझ्या वेळेला काहीच किंमत नाहीये का? घरातील कामांसाठी लागणारा, टाकलेला वेळ हा व्यर्थ असतो का? अशा अनेक विचारांनी स्वातीच्या मनात गर्दी केली. स्वातीने घड्याळाकडे पाहिले. संध्याकाळचे साडेसहा वाजले होते. स्वातीने देवासमोर दिवा लावला, हळदी कुंकू वाहिले व हात जोडून डोळे मिटून तिने देवाला प्रार्थना केली, "देवा सर्वांना सुख, समाधान, समृद्धी, शांती, संपत्ती आरोग्य मिळू दे." डोळे उघडून तिने देवाला नमस्कार केला. आता तिच्या मनातील विचारांचा गोंधळ थांबला होता मन शांत झाले होते.

आज घरात पाणीपुरीचा बेत आहे हे कळल्यानंतर प्रत्येक जण खुश झाले होते. सर्वजण पाणीपुरी खाण्यासाठी एकत्र जमले. जुईली,

सात्विक आणि संकर्षण यांच्यामध्ये पाणीपुरी खाण्याची चढाओढ सुरू झाली. सर्वात जास्त पाणीपुरी मीच खाणार आणि मीच जिंकणार असे म्हणत जुईली, सात्विक आणि संकर्षण ने पाणीपुरीवर ताव मारला. बघता बघता घरातील वातावरण बदलले. खेळीमेळीच्या वातावरणात तणाव नाहीसा झाला. सर्वांच्या चेहऱ्यावर हसून उमटले. गप्पा - गोष्टी, हसने-खिदळणे, यात सर्वजण रमून गेले. एवढ्यात बाबांच्या फोनची रिंग वाजली. भावेकाकांचा फोन आहे हे कळतात सर्वजण शांत झाले. बाबांचे फोनवर बोलणे झाले. काका काय म्हणाले, हे ऐकण्यासाठी सर्वजण आतुर झाले. बाबांच्या बोलण्याची वाट न बघता आई न राहून बाबांना म्हणाल्या, “अहो, काय म्हणाले भावे? काय निर्णय आहे पाहुण्यांचा? लवकर सांगा पाहू.” आईंच्या चेहऱ्यावरची उत्सुकता, मनातील घालमेल बाबांना दिसत होती. हसऱ्या चेहऱ्याने आईकडे बघत ते आईंना म्हणाले," अगं हो, सांगतो. जरा धीर धर. किर्लोस्करांनी होकार कळवला आहे. एकदा आपण सर्वांनी त्यांचे घर बघण्यासाठी त्यांच्या घरी यावे व तिथेच पुढील बोलणी करावी अशी किर्लोस्कर यांची इच्छा आहे. मला वाटते आपण येत्या रविवारी त्यांच्या घरी जावे. कोणाचीही काही हरकत तर नाहीये ना? नसल्यास, आपण येणार असल्याचे मी त्यांना कळवतो.”

बाबांचे बोलणे ऐकून सर्वांना खूप आनंद झाला. जुईलीचाही चेहरा आनंदाने खुलला. आईने जुईलीचा हात हातात घेतला व त्या जुईलीला म्हणाल्या, "जुईली, बाळा जा, देवासमोर साखर ठेव आणि देवाला नमस्कार कर."

बघता बघता रविवार उजाडला. घरातील हालचालींनी वेग घेतला. आज किर्लोस्करांकडे जाण्याची तयारी करण्यात सर्वजण व्यस्त होते. "स्वाती, तू जुईली ची तयारी झाली का, ते बघ पाहू. अगं,

आपल्याला वेळेवर निघायला हवे. पहिल्याच वेळेस असे उशिरा पोहोचणे आणि पाहुण्यांना आपली वाट बघायला लावणे बरे दिसत नाही. कितीही लवकर आणि घाईने कामे आवरली तरीही शेवटी व्हायचा तो उशीर आणि घाई होतेच. तरीही तुला मी नेहमी सांगत असते सगळी कामे पटापटा आवरायला शिक. आज तू सत्यमच्या मागे तुझा वेळ वाया घालवू नकोस, त्याला सात्विक कडे दे आणि बाकी सगळी तयारी बघ." आईंच्या आवाजातील कठोरपणा स्वातीला जाणवला. स्वातीच्या मागे-मागे फिरणारा, कडेवरच घे म्हणून हट्टाला पेटलेल्या सत्यम ला स्वातीने कसेबसे नादी लावले व ती जुईलीची तयारी बघण्यासाठी तिच्या रूममध्ये गेली.

"जुईली, झाली का तुझी तयारी? खूप छान वाटतो आहे हा तू घातलेला पंजाबी ड्रेस पण तू हा ड्रेस घालण्यापूर्वी आईंना विचारले होतेस का? खूप सुंदर दिसते आहेस तू यामध्ये." स्वातीच्या बोलण्याने जुईली सुखावली व ती स्वातीला म्हणाली," आवडला ना तुला वहिनी हा ड्रेस. अगं मी खूप विचार केला की मी साडी नेसू की ड्रेस घालू? मला साडी मध्ये खूप अवघडल्यासारखे वाटते गं. आणि शिवाय ती मंडळी आपल्याकडे आली होती त्या दिवशी तर मी साडीच नेसली होती ना, मग आज ड्रेस घालायला काहीच हरकत नसावी. आरशा समोर उभे राहून स्वतःला निरखून बघत जुईली स्वाती शी मोठ्या उत्साहाने बोलत होती. जुईलीच्या वागण्यातील उत्साह, चेहऱ्यावरील आनंद बघून स्वातीला खूप बरे वाटले त्याचबरोबर तिचे कौतुकही वाटले ते यासाठी की, किती सहजरीत्या जुईलीने स्वतःला काय आवडते हे ठरवले व ते स्पष्टपणे सांगितले. साडी नेसावी की ड्रेस घालावा ही तशी खूप छोटीशी गोष्ट पण जेव्हा जुईलीच्या जागी मी होते तेव्हा मी बाकी काहीच विचार न करता सरळ साडी नेसून मोकळी झाले होते. साडी नेसून मला मोकळे वावरता

येईल का? साडी नेसण्यात व्यवस्थित आली आहे का? किंवा साडी मध्ये मी कशी दिसते आहे याच गोष्टींचा सतत विचार करण्यापेक्षा आपण सरळ एक छानसा ड्रेस घालावा आणि आत्मविश्वासाने नवीन लोकांमध्ये जाऊन स्वतःची ओळख निर्माण करावी असा तर मी विचारच केला नाही. घरच्यांनी सांगितले साडी नेसावी लागेल आणि मीही सहज मान्य केले. मला काय वाटते, काय आवडते याचा साधा विचारही केला नाही आणि अशाच अजून कितीतरी गोष्टी आतापर्यंत घडून गेल्या आणि अजून रोजही घडतच असतात जिथे मी मला काय हवे आहे याला थोडेही महत्त्व देत नाही. स्वतःच्या गोष्टी, आवडीनिवडी याला यत्किंचितही प्राधान्य देत नाही. कर्तव्य आणि जबाबदारी यापेक्षाही काही गोष्टी महत्त्वाच्या असतातच की, त्या म्हणजे आपला आनंद आणि समाधान. पण स्वतःचा आनंद, समाधान या गोष्टींकडे पूर्णपणे दुर्लक्ष करून मी सतत माझी कर्तव्यं आणि जबाबदाऱ्या पार पाडण्याचा कसोशीने प्रयत्न करत असते पण त्यातही मी कमी पडते याची मला जाणीव करून दिली जाते. आईंच्या बोलण्याने स्वाती दुखावली गेली होती.

सात्विकने दिलेली हाक कानी पडताच स्वतःच्या निराशेच्या विचारांमध्ये गुरफटलेली स्वाती भानावर आली सात्विकला एकदम समोर उभे पाहून ती दचकली. आपल्या चेहऱ्यावरील निराशा, मनातील उदासीनता त्याच्या लक्षात येऊ नये यासाठी चेहऱ्यावर खोटे हसू उमटवण्याचा प्रयत्न करू लागली पण स्वातीच्या चेहऱ्यावरील भाव सात्विकच्या तीक्ष्ण नजरेने टिपले होते. "काय झाले स्वाती? तुझा चेहरा असा का दिसतो आहे? तू खूप थकल्यासारखी दिसते आहेस. तुला बरे वाटत नाहीये का?" सात्विक च्या प्रश्नांना सामोरे जात स्वाती म्हणाली, “किती प्रश्न विचारणार आहेस तू मला? मला काहीही झालेले नाही मी पूर्णपणे बरी आहे असेही मला रडूबाई म्हणण्याचं तू मात्र निमित्तच शोधत

असतोस आता आपल्याला उशीर होत नाहीये का?" सात्विक स्वातीला प्रत्युत्तर देणार एवढ्यात सात्विक च्या फोनची रिंग वाजली, सात्विक चे फोनवर बोलणे झाले. एकमेकांशी खेळण्यात गुंग असणाऱ्या स्वरा व सत्यमचा हात हातात धरत तो म्हणाला, " स्वाती, जुईली चला लवकर. दादा, आई-बाबा व वहिनीला घेऊन पुढे निघाला आहे आणि आता आपणही स्वरा व सत्यमला घेऊन आपल्या गाडीने निघूयात. मी गाडी काढतो तुम्ही लवकर या."

शास्त्री परिवाराच्या दोन गाड्या एका मागोमाग किर्लोस्करांच्या घराच्या दिशेने निघाल्या व अर्ध्या पाऊण तासातच किलोस्करांच्या घरी येऊन पोहोचल्या. बाहेरूनच किलोस्करांचा भव्य बंगला पाहून जुईली सकट शास्त्री मंडळी हरखून गेली. शास्त्री परिवाराच्या स्वागतासाठी किर्लोस्कर मंडळी सज्ज होऊन गेटवरच उभी होती. आदित्य व त्याच्या आई-बाबांनी हसून सर्वांचे स्वागत केले. चहापानाचा कार्यक्रम उरकल्यानंतर आदित्यच्या आईने जुईलीला विचारले," जुईली, तुला घर आवडले का? अगं मला पण बाग कामाची खूप आवड आहे. आपल्या घराच्या मागच्या बाजूला मी पण छानशी बाग फुलवली आहे. तू आदित्य सोबत जाऊन आपली बाग बघ. आदित्यच्या आईच्या सुरात सूर मिसळत आदित्यच्या बाबांनी आदित्यला जुईली सोबत घराच्या मागील बागेत जाण्यास सांगितले.

आदित्य आणि जुईली बागेतील झोपाळ्यावर बसले. बागेत कितीतरी प्रकारच्या, रंगांच्या फुलांनी झाडे बहरली होती. मनाला सुखावणारा पक्षांचा चिवचिवाट कानांवर साद घालत होता. फुलांचा सुगंध हवेत दरवळला होता आणि रंगबिरंगी फुलपाखरांचा लपंडाव बघून जुईलीचा चेहरा आनंदाने खुलला होता. जुईलीच्या चेहऱ्यावरील

प्रसन्नतेचे भाव बघून आदित्य जुईलीला म्हणाला," जुईली, आवडली का तुला बाग? जुईलीने होकारार्थी मान हलवली व चेहऱ्यावर हलकेसे स्मित ठेवून तिने नजर खाली झुकवली. "जुईली, आज आपण पहिल्यांदाच एकमेकांशी बोलत आहोत. ही आपली दोघांची अशी पहिलीच भेट आहे त्यामुळे आपल्या बोलण्यात वागण्यात थोडा संकोच असणारच पण आपण एकमेकांशी मन मोकळेपणाने बोलून हा संकोच, हा उघडलेपणा कमी करू शकतो. तुझ्या मनातील प्रत्येक शंका, प्रश्न तू मला विचारू शकतेस आणि त्या प्रत्येक प्रश्नाचे उत्तर आणि त्या प्रत्येक शंकेचे निरसन मी प्रामाणिकपणे करेन. आपण नवरा बायको बनण्याअगोदर चांगले मित्र बनूयात असे मला वाटते." जुईली कानात प्राण आणून अगदी लक्षपूर्वक आदित्यचे बोलणे ऐकत होती जुईलीचा हात हातात घेत आदित्य म्हणाला," हे काय जुईली, आल्यापासून मी एकटाच बोलतो आहे. तुलाही बोलण्याचा तुझे मत मांडण्याचा पूर्ण अधिकार आहे. तुझे विचार तुझी आवड निवड याचा मी नेहमी आदर करेल." आदित्यने हातात हात घेताच काहीशा गोंधळलेल्या, घाबरलेल्या जुईलीला आदित्यचे बोलणे ऐकून त्याच्याबद्दल विश्वास, आदर आणि आपलेपणा जाणवला. स्वतःचे विचार, मतं नेहमी स्पष्टपणे मांडणारी जुईली आत्मविश्वासाने आदित्यला म्हणाली, "आदित्य, मला आपल्या नात्यात कुठलाही खोटेपणा नको आहे. आपल्या नात्यात पारदर्शकता ठेवणे हे आपल्या दोघांचेही कर्तव्य आहे. ज्याप्रमाणे माझी आवड निवड, माझी मतं जपणे हे तू तुझी जबाबदारी मानतोस त्याचप्रमाणे मीही तुझ्या गोष्टींचा आदर करणे ही माझी जबाबदारी आहे." आपल्या नात्याबद्दल जुईलीही आपल्या इतकीच प्रामाणिक असल्याची जाणीव आदित्यला झाली व तो जुईलीला म्हणाला, "जुईली, मलाही तेच हवे आहे की आपल्या नात्यामध्ये कुठलाही खोटेपणा नसावा. आपले नाते नाईलाज,

दडपण किंवा फक्त कर्तव्य यावर आधारित न ठेवता विश्वास आपुलकी आणि प्रेमाच्या जोरावर पुढे जावे."

आदित्य आणि जुईलीचे विचार एकमेकांशी जुळल्यामुळे आता आपल्या नात्यातील बंध घट्ट विणला जाणारी याची दोघांनाही खात्री पटली. किर्लोस्कर यांनी केलेला पाहुणचार, दिलेला मान पाहून शास्त्री कुटुंबातील प्रत्येकाचे मन आनंदाने गहिवरून आले.

बागेमध्ये फेरफटका मारून आदित्य आणि जुईली घरात आले. घरामध्ये वडीलधारी मंडळी पुढील कार्यक्रमांचे नियोजन करत होती. आदित्य आणि जुईलीला बघताच आदित्यचे बाबा म्हणाले, "आदित्य आणि जुईली, आम्ही येत्या रविवारी तुमचा साखरपुडा करावा याबद्दल बोलत होतो. तुम्हाला जमणार असेल, म्हणजेच तुमची कुठलीच अडचण नसेल तर आम्हा सर्वांना असे वाटते की येत्या रविवारचा मुहूर्त अगदी योग्य आहे तुमच्या साखरपुड्यासाठी. येत्या रविवारी साखरपुडा आणि पुढील महिन्यात लग्न असा आम्ही विचार करत आहोत. तुमच्या काही समस्या किंवा सूचना असतील तर त्या मोकळेपणाने सांगा त्यानुसार आपण कार्यक्रमात काही बदल करू शकतो."

आदित्य आणि जुईली दोघांनीही होकार दर्शविल्यानंतर येत्या रविवारी साखरपुडा आणि त्यानंतर महिनाभरातील लग्नाची तारीख निश्चित करण्यात आली. आदित्यच्या घरच्यांनी जुईली व तिच्या घरच्यांचा पाहुणचार करण्यात कसलीही कसर सोडली नव्हती. भरपेट स्वादिष्ट आणि मिष्ठांनाचा आस्वाद घेऊन शास्त्री मंडळी तृप्त झाली. किर्लोस्कर यांनी केलेल्या आदर तिथ्या बद्दल आभार मानून शास्त्री परिवाराने आदित्य व त्याच्या परिवाराचा निरोप घेतला.

जेमतेम आठवडाभरात साखरपुडा असल्यामुळे शास्त्रींकडे अगदी वेगाने साखरपुड्याच्या तयारीला सुरुवात झाली. कामांचे नियोजन करताना बाहेरील सर्व कामांची जबाबदारी सात्विक व संकर्षण यांना देण्यात आली व घरातील कामांची जबाबदारी आईंनी सर्वतोपरी स्वातीवर सोपवली. "आई, माझ्या शाळेत आता परीक्षा सुरू होतील त्यामुळे मी घरातील कामात किंवा साखरपुड्याच्या तयारीत जास्त वेळ देऊ शकणार नाही." अशी सबब देऊन संस्कृतीने आपल्या जबाबदारीतून सोयीस्कर रित्या काढता पाय घेतला. "स्वाती दिवसभर घरीच असते. स्वाती आपण जेव्हा घराबाहेर जाऊन आपल्या कर्तबगारीवर, कौशल्यावर, बुद्धीच्या जोरावर एखादी नोकरी मिळवतो तेव्हा तिला कायम टिकवण्यासाठी, प्रगतीसाठी आपल्याला त्यामध्ये पूर्णपणे झोकून द्यावे लागते. नेहमी सतर्क राहून आपल्या कामांमध्ये परिपूर्ण रहावे लागते. आपले काम हे आपली जबाबदारी असते त्यामध्ये कुठलीही चूक होता कामा नये. तुझे मात्र बरे आहे तू कुठे नोकरी करत नाहीस त्यामुळे तुला या कुठल्याच गोष्टीची चिंताही नाही आणि कुठलीच जबाबदारी नाही त्यामुळे तुझ्याकडे घरातील या सर्व कामांसाठी वेळच वेळ आहे. नाही तरी तू घरातील ही कामे करणार नाहीस तर दुसरे काय करणार?"

स्वाती सोबतच आई-बाबा सात्विक, संकर्षण आणि जुईली संस्कृतीचे बोलणे अवाक होऊन ऐकत होते. संस्कृतीचे हे बोलणे स्वातीच्या मनाला ख़ूप लागले. तिच्या डोळ्यात पाणी तरळले. मनात आलेला राग, दाटून आलेला हुंदका मनाच्या कोपऱ्यात लपवत स्वाती तेथून निघून गेली. सर्वांच्या चेहऱ्यावरील बदललेले भाव आणि वातावरणात पसरलेली शांतता पाहून आपले बोलणे सर्वांना खटकल्याचे संस्कृतीच्या लक्षात आले. "माझा काही स्वातीला दुखावण्याचा हेतू नव्हता. मी तर सहजच जे मी रोज बघते त्याबद्दलच बोलले त्याचे

स्वातीला एवढे वाईट वाटेल असे मला वाटले नव्हते." असे बोलून झालेल्या प्रकाराची सारवा- सारव करत संस्कृती तेथून निघून गेली.

हळूहळू सूर्य मावळतीला जाऊ लागला संध्याकाळ झाली आणि दिवे लागण्याची वेळ झाली. स्वातीने रोजच्या प्रमाणे देवापुढे दिवा लावला आणि हात जोडून डोळे मिटून मनात प्रार्थना करू लागली. मंद प्रकाशात स्वतःभोवती तेजो वलय निर्माण करून आजूबाजूचे वातावरण प्रसन्न करणाऱ्या दिव्याकडे बघत स्वाती विचार करू लागली, किती अलौकिक असते ही दिव्यातील वात. स्वतः जळते पण दुसऱ्यांना मात्र प्रकाशच देते. स्वतःच्या वेदनांची जाणीव देखील कुणालाही होऊ देत नाही. कितीही चटके बसले तरी तिचे जळण्याचे, निरंतर तेवत राहण्याचे कर्तव्य ती सोडत नाही. एवढ्या तप्त, प्रखर अग्नीला स्वतःच्या शिरावर घेऊन त्या दिव्याला दैदिप्यमान बनवण्याचे सामर्थ्य हे फक्त त्या वातीतच असते आणि त्या सामर्थ्याच्या जोरावरच तर तिने तिचे अस्तित्व टिकवले आहे.

स्वाती घरात एकटीच होती. घरातील शांततेने स्वातीच्या मनाला अजूनच उदास वाटू लागले. सात्विक साखरपुड्यासाठी लागणारा हॉल, केटरिंग यांच्या बुकिंग साठी गेलेला होता आणि स्वरा व सत्यम आजी आजोबा सोबत घरापासून थोड्या अंतरावर असलेल्या बागेत खेळण्यासाठी गेले असल्यामुळे मुलांची वाट बघत स्वाती अंगणातील झोपाळ्यावर येऊन बसली. बघता बघता स्वाती पुन्हा तिच्या विचार चक्रात हरवली. "मी काय करू? मनावरचा मळभ काही केल्या उतरत नाहीये. दुसऱ्यांचे बोलणे मनाला लावून घेण्याची माझी ही सवय चांगली आहे की वाईट? असे बऱ्याचदा होते की कोणीतरी काहीतरी बोलते. ती व्यक्ती ती वाक्य बोलते आणि विसरूनही जाते. मी मात्र त्याच जागेवर

त्याच गोष्टींचा विचार करण्यात माझा कितीतरी वेळ वाया घालते. यामध्ये नुकसान फक्त माझेच असते. या वेळेत कितीतरी नकारार्थी भावना माझ्या मनाला स्पर्श करून जातात. माझ्या मनाचा आनंद, उमेद त्या माझ्यापासून हिरावून घेतात. मनात निर्माण होणाऱ्या दुःखाच्या, निराशेच्या हजारो गोलाकार लहरींच्या भोवऱ्यात मी स्वतःला हरवून जाते. मी माझा वेळ, माझी ऊर्जा या घरातील प्रत्येकाची काळजी घेण्यात, त्यांना काय हवे काय नको हे बघण्यात, सगळ्यांसाठी स्वयंपाक करण्यात, हे घर स्वच्छ सुंदर रहावे या सर्व कामांसाठी खर्च करते. या सर्व गोष्टी करण्यात मी माझेच अस्तित्व विसरून गेले. घरातील कामां व्यतिरिक्त ही मी माझी एखादी ओळख निर्माण करावी, स्वतःला स्वतःवर अभिमान वाटावा असे तर मी काहीच केले नाही. घरातील प्रत्येकाशी असलेलं नातं जपताना मी सासू-सासऱ्यांची आदर्श सून, सात्त्विकची आदर्श बायको, सत्यमची आदर्श आई, संस्कृती ताईची जाऊ व संकर्षण दादा व जुईलीची आदर्श वहिनी बनण्यासाठी प्रत्येक घर कामात तत्पर, जागरूक राहून कर्तव्य पार पाडत राहिले. पण या सर्व नात्यांची जपणूक करताना, त्या-त्या नात्यांना न्याय देताना माझ्यासाठी एक 'आदर्श मी' बनलेच नाही किंवा त्यासाठी मी तर काहीच प्रयत्नही केले नाहीत. कर्तव्य आणि जबाबदारी पार पाडता पाडता मी स्वतःचा आनंद, स्वतःची स्वप्न किंबहुना स्वतःलाच हरवून बसले. जेव्हा समोरची व्यक्ती मला माझ्या, फारसे महत्व नसलेल्या अस्तित्वाची जाणीव करून देते तेव्हाच मला माझ्या स्वप्नांची, अपेक्षांची जाणीव होते. मला माझ्या आयुष्यात काहीतरी करावयाचे आहे. स्वतःची स्वतःच्या बळावर ओळख निर्माण करावयाची आहे या गोष्टींची, माझ्या स्वप्नांची नव्याने आठवण, जाणीव होण्यासाठी प्रत्येक वेळेस कोणीतरी माझा अपमान करण्याची, मी काही विशेष करत नसल्यामुळे माझी विशेष अशी ओळख किंवा पात्रता नाही हे दाखवून देण्याची गरज का पडते?

मला हे माहित आहे की मी माझ्या संसारात खूप सुखी आहे. घर सांभाळण्यात माझ्या माणसांची काळजी घेण्यात मला खूप आनंद वाटतो पण फक्त घरात स्वतःला गुंतवून घेऊन मी माझ्यासाठी, माझ्या नजरेत आदर निर्माण करू शकत नाही. आता माझ्या मनाचा निर्धार मी पक्का करणार मी स्वतःला शोधणार. आतापर्यंत स्वप्न तर खूप पाहिले पण आता त्या स्वप्नांच्या दिशेने वाटचाल करणार. माझा आनंद मी शोधणार. मनात खोलवर रुतलेला अपयशाचा काटा काढून त्यावर स्वतःची नवीन ओळख निर्माण करून हळुवार फुंकर घालने हे माझ्यासाठी खूप महत्त्वाचे आहे. आज किती तरी दिवसांनी मी स्वतःच्या अंतरंगात डोकावले. माझ्यातील ती स्वप्नाळू स्वाती आज पुन्हा नव्याने मला गवसली पण त्याचबरोबर मी या वेळेस हेही नक्की लक्षात ठेवणार की फक्त स्वप्न पाहून मी समाधान मानणार नाही तर त्या स्वप्नांना सत्यात उतरवण्याचा ध्यास मी सोडणार नाही."

एवढ्यात गेट समोर गाडीचा हॉर्न वाजला. सात्विक ने गाडी पार्क केली व तो आपल्या दिशेने येत असल्याचे स्वातीने पाहिले. स्वाती शेजारी झोपाळ्यावर बसत सात्विक म्हणाला, "मला माहीत होते तू मला इथेच बसलेली, स्वतःच्याच विचारांत रमलेली आणि आपल्या बागेच्या सुंदरतेच्या निरीक्षणात हरवलेली मिळणार. मला माहित आहे तू जेव्हाही एकटी असतेस किंवा खूप आनंदात किंवा दुःखात असतेस तेव्हा तुझा आनंद किंवा दुःख व्यक्त करण्यासाठी तुला ही जागा खूप आवडते." सात्विक कडे आश्चर्याने बघत स्वातीने त्याला विचारले,"तुला कसे कळले की मी घरात एकटीच आहे?" स्वातीच्या प्रश्नाचे उत्तर देत सात्विक म्हणाला, "अगं आपल्याला साखरपुड्यासाठी आपल्या घराशेजारील संकल्प हॉल मिळाला आहे. मी हॉल बुकिंग करून बाबांना कळविण्यासाठी त्यांना फोन केला तेव्हा त्यांनी सांगितले की स्वरा आणि

सत्यमला घेऊन ते पार्कमध्ये गेले आहेत आणि आई त्यांच्या सोबतच आहे. संकर्षण दादा व वहिनी ही मार्केटमध्ये माझ्यासमोरच गेले होते आणि जुईलीला तर मी बाहेर जाताना तिच्या मैत्रिणीकडे सोडले होते त्यामुळे तू घरी एकटीच असणार हे मी ओळखले, हे सगळं जाऊ दे स्वाती पण मला हे माहित आहे की तू सध्या खूप दुःखी आहेस निराश आहेस आणि त्याचे कारणही माहित आहे. तू वहिनीचे, आईचे बोलणे मनाला लावून घेत जाऊ नकोस. आयुष्य हे सोपं नसतं स्वाती, ते सोपं करावं लागतं, थोडा संयम ठेवून, थोडं सहन करून आणि बरंचसं दुर्लक्ष करून. मला तुझ्या मध्ये कशाचीही उणीव भासत नाही किंवा माझी तुझ्याबद्दल कसलीही तक्रार नाही कारण मला हे माहित आहे की तू जे- जे रोज तुझ्या आयुष्यात करतेस ते तू अत्यंत प्रामाणिकपणे करतेस अगदी जीव ओतून करतेस. मला हे माहित आहे की, तुला वाटते की आपणही काही तरी करून दाखवावे स्वतःची ओळख निर्माण करावी, स्वतःचा नवीन मार्ग निवडावा आणि त्या मार्गाने मार्गक्रमण करत आपले यशाचे शिखर गाठावे. पण तुला माहित आहे का, की हे सर्व करण्यासाठी जी एक गोष्ट खूप महत्त्वाची असते तीच तुझ्याकडे नाहीये आणि तो म्हणजे आत्मविश्वास. कारण तुला असे वाटते की तु जे काही करशील ते कुणालाही फारसे महत्त्वाचे वाटणार नाही, कुणालाही आवडणार नाही. पण खरे तर असे नाहीये, तू सध्या कसलाही विचार करू नकोस, तुला जे आवडते, तु जे काही करशील, ते कुणाला आवडेल का? ते सर्वांना काही विशेष वाटेल की नाही? तू सध्या फक्त तुला मनापासून काय करायला आवडेल, तू लहानपणीपासून स्वतःला एखाद्या प्रतिमेमध्ये इमॅजिन केले असशील, त्याचा विचार कर. इतरांना काय वाटेल? काय आवडेल किंवा कोणी तुझ्यावर हसेल या गोष्टींचा विचार करू नकोस. तू फक्त अशी एक गोष्ट विचार करून निवड जी तुला लहानपणीपासून खूप आवडते, जी

करताना तुला खूप आनंद मिळतो, तुझे मन ज्यामध्ये खूप रमते. तुला फक्त त्या गोष्टीची निवड करावयाची आहे आणि ती करत तुझ्या स्वप्नांच्या दिशेने वाटचाल करावयाची आहे. या संपूर्ण प्रवासात मी तुझ्यासोबत असेल कारण मला हे माहित आहे की तु जे काही करशील ते सर्वोत्तम असेल."

सात्वीकचे बोलणे एकूण स्वातीचा कंठ दाटून आला. गहिवरलेल्या भावनांचा आवंढा गिळत ती सात्विकला म्हणाली, "एवढा विश्वास आतापर्यंत माझ्यावर कोणीच दाखवला नाही रे. मी ही काहीतरी करू शकते, जगात माझी ओळख निर्माण करू शकते, असा विश्वास, अपेक्षा आणि इच्छा आतापर्यंत माझ्या बाबतीत ठेवणारा तू एकटाच आहेस. बऱ्याच वेळेस मनात विचार येतो की माझ्यावर विश्वास ठेवून, मला जे काही आवडते ते करण्यासाठी माझ्या लोकांनी मला प्रोत्साहन दिले असते तर खरंच आज मी कोणी यशस्वी, आत्मविश्वासू आणि स्वतःवर आणि आजूबाजूचे लोक व परिस्थिती यांवर खुश असून समाधानी व्यक्तिमत्व असणारी व्यक्ती बनले असते का? स्वतःबद्दल कमीपणाची भावना मनात निर्माण न होता जीवनाकडे बघण्याचा आनंदी दृष्टीकोन माझ्याकडे असला असता नां? एका अंधाऱ्या खोलीत, देवासमोरील छोटी समई जसा सारा अंधार बाजूला सारून देवघरा सोबत संपूर्ण खोलीला प्रकाशित करते तसाच आज तू माझ्यावर दाखवलेला विश्वास माझ्या मनाच्या, जीवनाच्या अंधारात त्या समईचे काम करेल आणि अंधारात धडपडणाऱ्या माझ्या स्वप्नाळू मनाला स्वतःचा शोध घेण्याचा मार्ग दाखवेल. माझा स्वाभिमान जपण्यासाठी, मला माझा अभिमान वाटावा असे काहीतरी करून मनावर झालेल्या कित्येक आघातांवर हळुवार फुंकर ही माझी मलाच घालावी लागणार.

माझा सत्यम हळूहळू मोठा होतोय. त्याला जीवनमूल्य, तत्वे शिकवून काय चांगले काय वाईट याची जाणीव करून देऊन, त्याच्या व्यक्तिमत्त्वाची चांगली जडणघडण करताना त्यालाही माझ्याबद्दल आदर वाटावा. उद्या जेव्हा त्याला कोणी विचारेल की, तुझी आई कोण? आहे ती काय करते? तर त्याला अभिमानाने माझ्याबद्दल सांगता यावे असे माझे स्वप्न आहे."

सात्विक कौतुकाने स्वातीचे बोलणे ऐकत होता. स्वातीचे मन मोकळे होताना पाहून समाधानाचा निश्वास टाकत त्याने स्वातीचा हात हातात घेतला व तो म्हणाला, "मॅडम, स्वतःचा शोध घेता घेता अगोदर आपल्या घरात तुमच्या ननंद बाईंचा साखरपुडा येत्या रविवारीच असून पुढील महिन्यात लग्न आहे हे विसरू नका. आपली नवीन ओळख निर्माण करताना आपली अगोदरपासून असलेली माझी जुईलीच्या भावाची आणि तुमची जुईलीची वहिनी असलेली ओळख मिटू देऊ नका." सात्विकचे मस्करीखोर बोलणे ऐकून स्वातीच्या चेहऱ्यावर हसू उमलले.

साखरपुड्याची तयारी व्यवस्थित व्हावी, कुठलीही गोष्ट विसरू नये म्हणून स्वातीने सर्व कामांची आणि लागणाऱ्या सर्व वस्तूंची, सामानांची पद्धतशीर यादी बनवून ठेवली. साखरपुड्याची तयारी करताना स्वातीने अनेक कामे हाता वेगळी केली. साखरपुडा आता दोनच दिवसांवर येऊन ठेपला. घरात प्रत्येक जण स्वतःची आवरा सावर, तयारी करण्यात गुंग होता.

घाईघाईने तयार होत सात्विक स्वातीला म्हणाला, "स्वाती, आज मला लवकर हॉस्पिटलला जायचे आहे. आज काही खूप महत्त्वाच्या मिटींग आहेत शिवाय दोन मोतीबिंदूंचे ऑपरेशन्स ही आहेत.

आज मी हॉस्पिटलमध्ये वेळ मिळेल तसा काहीतरी खाऊन घेईल. मला आज घरी नाश्ता नको आणि डबा ही नको." राहिलेल्या कामांची यादी व कामे लवकरात लवकर पूर्ण करण्याची स्वातीला सूचना देत सात्विक गाडी काढून हॉस्पिटलच्या दिशेने रवाना झाला.

साखरपुड्यासाठी लागणारी जुईली व आदित्यची, अंगठी खरेदी करण्यासाठी आज आई-बाबा जुईली सोबत आदित्यच्या घरी जाणार व तेथून आदित्य व आदित्यचे आई-बाबा अशी सर्व मंडळी अंगठी खरेदीसाठी जाणार असा प्रोग्राम ठरला त्याप्रमाणे जुईली आई बाबांसोबत आदित्यच्या घरी गेली.

आज घरी कोणीच नाही त्यामुळे स्वयंपाक घरात जास्त वेळ न घालवता राहिलेली कामे उरकून घ्यावी असा विचार करून स्वातीने सत्यम व स्वराला अश्विनीकडे सोडण्याचा विचार केला, त्यासाठी सत्यम व स्वरा साठी खाऊचा डबा पॅक करून स्वाती त्या दोघांना अश्विनीकडे सोडून घाईने घरी आली. अश्विनीने, "थोडा वेळ तरी थांब" असा बराच आग्रह करून देखील आपण थांबलो नाहीत याचे अश्विनीला वाईट तर वाटले नसेल ना? असे बरेच विचार मनात घोळत असताना स्वातीने घरी येऊन पाहुणे मंडळींसाठी आणलेल्या भेट वस्तूंच्या सजावटीला सुरुवात केली. आई-बाबा घरी येण्याअगोदर राहिलेल्या कामांची पूर्तता व्हायला हवी, आता ही कामे अपूर्ण राहिली म्हणून पुन्हा आईचा ओरडा किंवा उणी दुनी ऐकण्याची वेळ आपल्यावर येऊ नये म्हणून स्वातीने घरातील इतर कामांकडे दुर्लक्ष करून साखरपुड्याच्या तयारीतील कामानांच प्राधान्य देण्याचे ठरवले.

आज संस्कृती नेहमीप्रमाणे शाळेत जाण्यासाठी तयार होऊन नाश्ता व डब्यासाठी स्वयंपाक घरामध्ये आली. स्वाती तेथे नाहीये आणि

आपल्यासाठी नाश्ता किंवा डबा ही बनवलेला दिसत नाहीये हे पाहून तिला खूप आश्चर्य वाटले. आजपर्यंत तर असे कधीच झाले नाही आपल्यासाठी नाश्ता व डबा बनवलेला नाही हे पाहून संस्कृतीला राग आला. घाईघाईने स्वातीला शोधत ती स्वातीच्या रूममध्ये येऊन पोहोचली. स्वाती भेट वस्तूंची पॅकिंग करत बसली आहे, हे तिने पाहिले व कठोर शब्दात ती स्वातीला म्हणाली," हे काय स्वाती? तू माझा नाष्टा आणि शाळेचा डबा बनवलेला दिसत नाहीये. तुला कळत नाही का, की मला वेळेत शाळेत पोहोचणे आवश्यक असते मी तुझ्यासारखी दिवसभर घरीच बसून नसते. कुठली कामे केव्हा करावीत ही साधी गोष्ट देखील तुला कळत नाही. तु का बनवून ठेवला नाहीस माझा नाष्टा आणि डब्बा?"

संस्कृतीचे बोलणे स्वाती अवाक होऊन ऐकत होती. एवढ्या उर्मटपणे इतरांवर अधिकार गाजवून मी तर कधीच कोणाला माझे काही काम सांगत नाही. मी रोज यांचे सर्व वेळेत करते त्याबद्दल तर माझे आभार किंवा चार प्रेमाचे शब्द त्या कधीच बोलत नाहीत परंतु आज फक्त मी यांचे काम वेळेत करू शकले नाही तर त्या माझ्याशी किती उद्दामपणे बोलत आहेत. मी संस्कृती ताईंशी आदर पूर्वक वागते तरी त्यांनी माझा असा पदोपदी केलेला अपमान सहन करून मी पुन्हा माझा स्वाभिमान दुखावल्या जाऊ देणार नाही हे मनाशी पक्के ठरवून ती म्हणाली, "तुमचा नाश्ता, डब्बा तर मी रोजच करते पण तुमच्या मते मी जी सर्व काही कामे करते ती अजिबात महत्त्वाची नसतात, तर ती कामे मी वेळेत केली नाही म्हणून तुम्हाला एवढा का राग येत आहे? आज मी, मला जी कामे महत्त्वाची वाटली ती करत आहे. तुम्हाला तुमच्यासाठी काय हवे आहे ते तुम्ही बनवून घ्या."

कधीही आपण एवढे बोलूनही एकही शब्द न बोलणारी स्वाती आज आपल्याशी असे कसे बोलू शकते याबद्दल संस्कृती विचारात पडली. आपण त्या दिवशी स्वातीला, ती कुठलीही महत्त्वाची कामे करत नाही असे बोललो होतो हे संस्कृतीला आठवले. स्वातीला निरुत्तरित करून ती कशी चुकीची आहे हे स्वातीला जाणवून देण्यासाठी संस्कृती तिला म्हणाली," मी तुला त्या दिवशी जे बोलले त्याचा तू बदला घेतलास ना स्वाती? "यावर क्षणाचाही विलंब न करता स्वाती तिला म्हणाली," तुम्ही चुकीचा विचार करत आहात ताई, याला बदला नाही तर जाणीव असे म्हणता येईल. तुम्ही तुम्हाला वाटेल तसे मला हिणवुन जे काही बोलतात त्यानंतर माझ्या मनाला कसे वाटते, मला किती त्रास होतो याची फक्त जाणीव मी तुम्हाला करून दिली. तुमचा अपमान करणे किंवा झालेल्या गोष्टींचा बदला घेणे असा माझा कुठलाही हेतू नव्हता."

आज स्वाती ज्या आत्मविश्वासाने अगदी नजरेला नजर भिडवून ज्या पद्धतीने स्पष्ट बोलत होती हे पाहून संस्कृतीला आश्चर्य वाटले. आजची स्वाती तिला काही वेगळीच भासू लागली. स्वातीच्या कणखर व तीक्ष्ण बोलण्याचा विचार करत संस्कृती तेथून निघून गेली.

"आज मी स्वतःसाठी, स्वतःच्या बाजूने बोलून स्वतःचा स्वाभिमान राखण्यासाठी एक पाऊल उचलले. समोरच्याचे मला हिणवणारे शब्द वारंवार आठवून त्याबद्दल स्वतःला दुषने लावून रडत बसण्याची वेळ आज माझ्यावर येणार नाही. माझी चूक नसताना प्रत्येक वेळेस समोरच्या व्यक्तीचे बोलणे ऐकण्यापेक्षा, गरजेच्या वेळी गरजे एवढे बोलणे आवश्यक असते हे मी यापुढे नक्की लक्षात ठेवणार असे स्वातीने मनोमन ठरवले.

स्वाती कामांमध्ये एवढी दंग होऊन गेली की बघता बघता दोन तास कसे निघून गेले आणि सर्व भेट वस्तूंची आकर्षक पॅकिंग करून देखील झाली हे तिला कळलेच नाही. साखरपुड्यासाठी हॉलवर नेण्याच्या सर्व सामानाची यादीप्रमाणे मोठ्या बॉक्सेस मध्ये पॅकिंग करून व त्यावर नावे टाकून स्वातीने त्यांची व्यवस्थित बांधणी करून एका रूममध्ये ठेवली. ठरवलेली सर्व कामे वेळेत पूर्ण करून स्वातीने समाधानाचा निश्वास टाकला. "सकाळपासून कामाच्या घाईत मी तहानभूक विसरूनच गेले. आता मुलांसाठी व माझ्यासाठी वरण भाताचा कुकर लावते व त्यानंतर अश्विनीकडे जाऊन सत्यम व स्वराला घेऊन येते" असे ठरवून स्वाती पुढील कामाला लागली. सत्यम व स्वरा सोबत हसत खेळत, गप्पा गोष्टी सांगत स्वातीने त्यांना जेवू घातले व ती स्वतः मात्र उपाशीच राहिली. कामाच्या धावपळीत आलेल्या थकव्याने तिची भूक मरून गेली होती. जेवणानंतर सत्यम व स्वराला झोपवताना स्वातीचाही डोळा लागला.

गाढ झोप लागलेली स्वाती एकदम दचकून जागी झाली. दारावरची बेल वाजत असल्याचे तिच्या लक्षात आले. घाईने उठून स्वातीने दार उघडले. सात्विक ला समोर पाहून स्वातीने विचारले, "तू एवढ्या लवकर? आता तर चारच वाजले आहेत. मला वाटले होते तू संध्याकाळपर्यंत येशील. स्वातीची थट्टा करत सात्विक तिला म्हणाला, "सॉरी मी जरा लवकरच आलो मॅडम, तुम्ही म्हणत असाल तर मी परत जातो आणि संध्याकाळी घरी येतो." सात्वीकच्या बोलण्याला त्याच्याच प्रमाणे उत्तर देत स्वाती म्हणाली, "नाही ठीक आहे. आता आलाच आहात तर तुम्ही थांबू शकता घरी." स्वातीचे बोलणे ऐकून तिला चिडवण्यासाठी तिची मस्करी करत सात्विक म्हणाला, "अरे वा! सुधारणा आहे असे म्हणावे लागेल. गंमत केलेली समजते आता. गंमत करतो आहे

गं! तुला झोप लागली होती का? चल, आज मी आपल्या दोघांसाठी चहा बनवतो अगदी तू बनवतेस तसाच बनवतो, कमी साखरेचा आणि भरपूर आलं घातलेला एकदम तिखट." डोळे मोठे करून सात्विक कडे बघत स्वाती म्हणाली, "तू चहा बनवणार आहेस की फक्त माझ्याच चहाची स्तुती करत बसणार आहेस?"

सात्विक ने बनवलेल्या कडक चहाचा घोट घेताच स्वाती त्याला म्हणाली," वाह सात्विक! चहा खूप छान झाला आहे हं. माझा दिवसभराचा थकवाच निघून गेला. आता मला अगदी ताजेतवाने वाटत आहे. स्वातीने केलेली प्रशंसा ऐकून कॉलर ताठ करत सात्विक तिला म्हणाला, "बघ, मी म्हणालो होतो ना तुला तुझ्या पेक्षा चांगला चहा बनवेन मी. बरं, मला सांग तुझी आजची ठरवलेली सगळी कामे पूर्ण झाली आहेत का? आठवणीने पुन्हा एकदा यादीप्रमाणे चेक कर, वेळेवर काही राहून जायला नको आणि हे काय भेट वस्तूंची पॅकिंग तर खूपच छान झाली आहे. जुईलीच्या सासरची मंडळी तर खुश होतील." सात्विक ने केलेल्या कौतुकाने स्वातीचा थकवा पार पळून गेला आणि चेहऱ्यावर गोड समाधानाचे हसू उमटले.

बघता बघता साखरपुड्याचा दिवस उगवला. शास्त्रींच्या घरात लगबग सुरू होती. प्रत्येक जण घाईने आवरून तयार होण्याच्या गडबडीत होते. स्वातीने सकाळी लवकर उठून साखरपुड्यासाठी लागणाऱ्या, हॉलवर नेण्याच्या सर्व सामानाची बांधा बांध करून सर्व सामान गाडीमध्ये नेऊन ठेवले, त्यानंतर तिने स्वतःची व मुलांची तयारी केली व ती जुईलीला तयार करण्यासाठी जुईलीच्या रूममध्ये गेली. आज जुईलीच्या चेहऱ्यावर एक वेगळाच उत्साह आणि तेज स्वातीला जाणवत होते. "किती गोड, निरागस दिसते आहेस तू जुईली!" जुईलीच्या चेहऱ्यावरील

आनंद आणि डोळ्यातील चमक बघत स्वाती तिला म्हणाली. मोरपंखी रंगाची पैठणी जुईलीवर खुलून दिसू लागली. केसांमध्ये माळलेल्या मोगऱ्याचा सुगंध घरभर दरवळू लागला. कपाळावरची चंद्रकोर, नाकात नथ, हातात मोत्यांच्या बांगड्या आणि गळयात घातलेल्या चिंचपेटीमुळे जुईलीचे सौंदर्य खुलले. स्वातीने डोळयातील काजळाची छोटीशी टीक जुईलीच्या कानामागे लावली व मायेचा हात तिच्या गालावरून फिरवत स्वतःचे पाणवलेले डोळे पुसले. स्वातीच्या मायेच्या त्या उबदार स्पर्शाने, स्वातीचे आपल्यावरचे प्रेम बघून जुईलीचेही डोळे भरून आले. स्वातीचा हात हातात घेऊन जुईली तिला म्हणाली," हे काय वहिनी, आता तू मला रडवणार आहेस का? बघ हं, आता तुझ्यामुळे माझा मेकअप खराब होईल हं, मग बघ, मी तुझ्याकडून पुन्हा माझा मेकअप करून घेईन आणि आपल्याला हॉलवर जाण्यासाठी उशीर होईल. चल निघूयात आता लवकर." जुईली व स्वाती हातात हात घेऊन निघाल्या. स्वातीने घराचे दरवाजे बंद केले व कुलूप लावून ती गाडीत येऊन बसली. सात्त्विक, सत्यम व स्वरा सोबत गाडीत स्वाती व जुईलीची वाट बघत बसला होता व घरातील बाकीची मंडळी अगोदरच हॉलवर रवाना झाली होती. सात्विक स्वाती व जुईलीला घेऊन हॉलवर जाण्यासाठी निघाला.

साखरपुड्यासाठी निश्चित केलेल्या 'संकल्प' हॉलवर शास्त्री परिवार येणाऱ्या पाहुण्यांच्या स्वागतासाठी सज्ज झाला. थोड्याच वेळात किर्लोस्कर मंडळी नियोजित कार्यस्थळी हजर झाली. किर्लोस्कर परिवाराचे औक्षण करून व पुष्पगुच्छ देऊन शास्त्री परिवाराने अगदी थाटामाटात त्यांचे स्वागत केले. चहापानाचा कार्यक्रम झाल्यानंतर साखरपुड्याच्या विधीला सुरुवात करण्यात आली. सनईच्या मंगलमय सुरात आदित्य व जुईलीचा साखरपुडा आनंदात, उत्साहात पार पडला. आदित्य व जुईलीने एकमेकांना अंगठी घालून लग्नापर्यंतच्या प्रवासातील

मैलाचा दगड पार केला. निर्विघ्नपणे साखरपुड्याचा कार्यक्रम पार पडण्याच्या हर्ष व उल्हासात शास्त्री व किर्लोस्कर परिवाराने एकमेकांचा निरोप घेतला.

साखरपुड्याची धावपळ आता संपली होती. दिवे लागण्याची वेळ झाली, शास्त्री परिवारातील सर्व मंडळी निवांतपणे हॉलमध्ये एकत्र येऊन बसली. स्वातीने देवासमोर दिवा लावला व डोळे बंद करून देवासमोर प्रार्थना केली. दिवे लागणी नंतर वडीलधाऱ्यांना नमस्कार करून स्वातीने सर्वांसाठी चहाचे आधन ठेवले. दिवसभराच्या धावपळीत थकलेला प्रत्येक जण गरमागरम आले घातलेल्या चहाची आतुरतेने वाट पाहू लागला. स्वातीने सर्वांना चहा दिला व तिने स्वतःचा चहाचा कप घेतला व ती हॉलमध्ये सर्वांसोबत येऊन बसली. चहा पिऊन तरतरी आल्यानंतर आता प्रत्येक जण दिवसभरात घडलेल्या गोष्टींची चर्चा व कार्यक्रमाबद्दल स्वतःची मतं अभिप्राय नोंदवू लागले. साखरपुड्याचा कार्यक्रम सुरळीतपणे थाटामाटात पार पडल्यामुळे एक मोठी जबाबदारी पार पडल्याचे समाधान सर्वांच्या चेहऱ्यावर दिसत होते. किर्लोस्कर मंडळींच्या साधेपणाचे, समजूतदारपणाचे व समाधानी वृत्तीचे सर्वांना कौतुक वाटत होते. एवढे गर्भ श्रीमंत असूनही कुठल्याही प्रकारचा भंपकपणा किंवा मानपाणाची त्यांना अपेक्षा नाही. हे पाहून सर्वांना त्यांचा आदर वाटू लागला.

आज खूप दिवसांनी सर्व मंडळी अशी एकत्रितपणे बसून निवांतपणे मनमोकळ्या गप्पा मारण्यात गुंग झाली. गप्पांमध्ये रमलेली जुईली अचानकपणे शांत झाल्या चे स्वातीच्या लक्षात आले. जुईलीचा उतरलेला चेहरा स्वातीने पाहिला व ती जुईली जवळ जाऊन बसली. शांत नजरेने खाली पाहणाऱ्या जुईलीच्या खांद्यावर हात ठेवत ती जुईलीला

म्हणाली, "काय झाले जुईली? अशी एकदम शांत का झालीस?" स्वातीच्या मायेच्या स्पर्शाने जुईलीच्या डोळ्यातून अश्रू घळाघळा वाहू लागले. एवढा वेळ दाटून आलेला हुंदका बांध फुटावा त्याप्रमाणे मोकळा झाला. सर्वजण जुईली भोवती जमा झाले. जुईलीचे पानवलेले डोळे पुसत आईने जुईलीचा हात हातात घेताच आईच्या कुशीत शिरून जुईली मुसमुसून रडू लागली. गहिवरलेल्या स्वरात ती आईला म्हणाली, "आई, तुम्हा सर्वांना सोडून एका दुसऱ्या घरात जायचे, तिथेच राहायचे हे सर्व मला खूप कठीण वाटते आहे. मी तुम्हा सर्वांशिवाय, या घराशिवाय कशी राहू? या घरातील प्रत्येकाशी असलेला मायेचा बंध, या घराच्या प्रत्येक कणाकणाशी असलेला ऋणानुबंध आणि प्रत्येक व्यक्तीशी व प्रत्येक वस्तूशी एवढ्या वर्षांत तयार झालेल्या असंख्य आठवणी. माझा आतापर्यंतचं आयुष्य इथेच सोडून, आजवर मी ज्या मार्गावर चालत होते तो मार्गच बदलून आता मला पुढील आयुष्यासाठी मार्गक्रमण करावे लागेल ही कल्पनाच मला सहन होत नाहीये."

जुईलीला मायेने कुरवाळत, तिच्या पाठीवरून हात फिरवत आई तिला म्हणाली, " जुईली, बाळा प्रत्येक मुलीच्या आयुष्यात हे क्षण येतातच आणि प्रत्येक मुलीला मोठ्या हिमतीने, सामर्थ्याने त्याचा सामना करावा लागतो. आतापर्यंत तर हे एकच घर तुझे होते पण आता आणखीन एक घर तुझे होणार. आतापर्यंत फक्त या घरातील माणसं तुझी होती, पण आता त्या घरातील माणसे देखील तुझ्या हक्काची, प्रेमाची होणार."

जुईली सोबतच घरातील प्रत्येक जण भाऊक झाले होते. प्रत्येक जण आपापल्या परीने जुईलीला समजावू लागले. रडवेल्या जुईलीला हसवण्याच्या उद्देशाने तिची छेड काढून सात्विक म्हणाला, "पण एक गोष्ट मात्र खरी आहे, म्हणजे आम्हा सर्वांना तुझी उणीव जाणवेल ती यामुळे

की आता तुझी कामे करण्याची वेळ आमच्च्यापैकी कोणावरही येणार नाही, कारण तुझ्या आळशीपणामुळे तुझी सर्व कामे आम्हालाच करावी लागतात." सात्विकचे बोलणे ऐकून जुईलीच्या रडवेल्या चेहऱ्यावर हसू उमटले. सात्वीकचा हात हातात घेत ती सात्विक ला म्हणाली, "दादा, मी आज तुझ्यावर मुळीच चिडणार नाही, कारण तु जे बोलतो आहेस ते अगदी खरेच आहे नं! घरात मी सर्वात लहान म्हणून तुम्ही सर्वांनी मला अगदी एखाद्या फुलाप्रमाणे जपले, माझी प्रत्येक जिद्द, माझा प्रत्येक हट्ट पुरवला. मी कधीही दुखावली जाणार नाही याचा अगदी कसोशीने प्रयत्न केला हे मी कधीही विसरणार नाही. सात्विक दादा तू नेहमीच माझी प्रत्येक गोष्टीत मदत करायचास. आपण शाळेत सोबतच जात होतो. किती काळजी घेत होतास तू शाळेत सुद्धा माझी. तुला आठवते की नाही हे मला माहित नाही पण तू माझ्यासाठी केलेली एक गोष्ट आता एवढ्या वर्षांनंतरही माझ्या लक्षात आहे ती म्हणजे, आपण शाळेत होतो. तू सातवीमध्ये आणि मी चौथीमध्ये होते तेव्हा. आपली शिष्यवृत्ती परीक्षा होती. परीक्षा केंद्र आपल्या शाळेत नसून एका दुसऱ्या शाळेमध्ये आपल्याला परीक्षेसाठी नेण्यात येणार होते. आपण परीक्षेची तयारी करून शाळेत हजर झालो. शाळेतून शिष्यवृत्ती परीक्षेसाठी बसलेल्या सर्व मुलांना घेऊन शाळेतील दोन शिक्षक परीक्षा केंद्रावर हजर झाले. मला तर ती सगळी गंमतच वाटत होती, खूप मजा येत होती. माझ्या मैत्रिणींसोबत गप्पा टप्पा मारताना मला अचानक आठवण झाली ती माझ्या हॉल तिकिटाची. परीक्षा सुरू होण्यासाठी जेमतेम अर्धा तासच उरला होता. हॉल तिकिटाची आठवण झाल्यानंतर मात्र माझ्या पोटात गोळा आला होता. आता काय होणार? "हॉल तिकीट शिवाय परीक्षा देता येणार नाही, तेव्हा प्रत्येकाने स्वतःचे हॉल तिकीट न विसरता सोबत आणायचे" असे आमच्या वर्ग शिक्षिका बाईंनी आम्हाला बजावून सांगितले होते, तरीही

वेळेवर मी हॉल तिकीट विसरलेच होते. त्यावेळेस मात्र माझी खूप घाबरगुंडी उडाली होती. काय करावे मला काही सुचत नव्हते. तेव्हा मला तुझी आठवण झाली. गोंधळलेल्या नजरेने मी तुला परीक्षा केंद्राच्या प्रांगणात शोधू लागले आणि एके ठिकाणी तू मला तुझ्या मित्रांसोबत दिसलास. मी धावतच तुझ्या जवळ आले आणि धापा टाकतच तुला सांगू लागले की, "दादा, माझे हॉल तिकीट घरीच राहिले आहे आता मी काय करू?" तू काहीही न बोलता हातात घातलेल्या घड्याळाकडे पाहिलेस आणि मित्राला त्याच्या सायकल बद्दल विचारना केलीस. तुझा घरी जाऊन हॉल तिकीट घेऊन येण्याचा विचार ऐकून तुझ्या मित्राने तुला सांगितले की, " अरे तुझे घर तर इथून खूप दूर आहे आणि परीक्षा सुरू होण्यासाठी वेळही खूपच थोडा उरला आहे. एवढ्या कमी वेळत तू कसा काय घरी जाऊन हॉल तिकीट घेऊन येशील? "तू परीक्षेची काळजी न करता, एवढ्या दूर सायकलवर जाण्यासाठी न घाबरता घरी जाऊन माझे हॉल तिकीट घेऊन आलास आणि परीक्षा सुरू होण्याच्या पाच मिनिटे अगोदर परीक्षा केंद्रावर पोहोचलास. किती थकला होतास तू. तुझ्या चेहऱ्यावरून घामाच्या धारा वाहू लागल्या होत्या पण स्वतःची थोडीही परवा न करता, एवढ्या अटीतटीच्या वेळी तू माझ्यासाठी केलेली ती धडपड आजपर्यंत, तुझ्याबद्दल त्या दिवशी माझ्या मनात जो आदर निर्माण झाला त्याच्या स्वरूपात कायमस्वरूपी माझ्या आठवणीत, मनात कोरली गेली आहे. मी ती कधीही विसरू शकत नाही. एवढ्या लहान वयात देखील तू तुझे मोठा भाऊ होण्याचे कर्तव्य एवढे चोख बजावले होतेस. मला तुझा खूप अभिमान वाटतो दादा. त्या दिवशी तू जसा माझ्या पाठीशी उभा राहिलास, माझी मदत केलीस तशीच मदत आज पर्यंत कुठल्या ना कुठल्या मार्गाने करत माझ्या पाठीशी उभा आहेस." जुईलीचे बोलणे ऐकून तिचा हात हातात घेऊन सात्विक तिला म्हणाला, "तुझे लग्न

झाल्यानंतरही आपल्या नात्यात कुठलाही फरक पडणार नाहीये. यापुढेही नेहमीच तुला जेव्हा माझी गरज असेल त्यावेळी मी तुझ्यासोबतच असणार आहे. अगं तू होतीस म्हणून तर मला तुझा दादा म्हणून मिरवता आले. तुझ्यामुळेच तर लहान बहिणी बद्दलच्या जबाबदारीची मला जाण झाली आणि ती पार पाडण्याची प्रेरणा तर मला तुझ्याकडूनच मिळाली नं!"

जुईलीने सांगितलेली आठवण एकूण सर्वजण भारावून गेले. स्वाती कौतुकाने सात्विक कडे बघत होती ती विचार करू लागली की, "खरच, किती वेगळा आहेस ना सात्विक तू! मला तुझा खूप खूप अभिमान वाटतो. प्रत्येक नातं किती चांगल्या पद्धतीने सांभाळतोस तू. एक चांगला नवरा असण्याबरोबरच एक चांगला मुलगा, भाऊ आणि बाबा देखील आहेस. प्रत्येक गोष्ट, अवघड परिस्थिती आणि कठीण समस्या अगदी योग्य प्रकारे हाताळतोस. खरच तू माझा नवरा आहेस या गोष्टीचा मला गर्व करावासा वाटतो." स्वातीच्या चेहऱ्यावरील हसरे भाव, ती बराच वेळची आपल्याकडेच पाहत असल्याचे सात्विक च्या लक्षात आले. हरवलेल्या स्वातीच्या नजरेसमोर हाताने चुटकी वाजवत तिचे लक्ष वेधण्यासाठी सात्विक तिला म्हणाला, "कुठे हरवलीस स्वाती? तुला तुझ्या साखरपुड्याची आठवण झाली का? पण आता प्लीज तू रडायला सुरुवात करू नकोस हं! आत्ताच जुईलीला समजावून शांत करता करता माझी पूर्ती दमछाक उडाली आहे, त्यात आणखीन तुला समजावून तुझे सांत्वन करण्याची क्षमता आज, आत्ता तरी माझ्यात नाही, कारण मला आता खूप भूक लागली आहे."

सात्विकच्या खट्याळ, मस्तीखोर गमतीचे स्वातीने ही त्याच्याच पद्धतीने उत्तर देत ती सात्विकला म्हणाली, "ठीक आहे हं

सात्विक, आता तू एवढीच विनंती करतो आहेस तर माझ्या रडण्याचा आणि सांत्वनाचा कार्यक्रम आपण तुझ्या सोयीप्रमाणे करूयात. तू काही काळजी करू नकोस."

एवढा वेळ शांत असलेले बाबा आता जुईलीला म्हणाले, "जुईली, तू कुठल्याही प्रकारचे दडपण मनावर ठेवू नकोस. अगदी आनंदी, स्वच्छंदी रहा. तुझा उदास, शांत, रडवेला चेहरा आम्हा सर्वांना बघवला जात नाही. जो आदर, जे प्रेम, जे महत्त्वाचे स्थान तुझे या घरात आहे तसेच प्रेम आदर आणि स्थान तू त्या घरातही मिळू शकशील ते तुझ्यातील चांगले गुण, तुझा सदाचार आणि प्रेमाच्या बळावर. त्या घरातील लोकांना प्रेमाने, मायेने आपलेसे बनव आणि मग बघ आज जी लोकं तुला परकी वाटत आहेत, जे घर तुला आपलेसे वाटत नाहीये त्याच घराला आणि लोकांना सोडून राहणे तुला अवघड जाईल आणि आम्ही सुद्धा नेहमीच तुझ्या सोबतच असणार आहोत. शास्त्री आणि किर्लोस्कर या दोन कुटुंबांना जोडणारा तू एक महत्त्वाचा दुवा आहेस तेव्हा तुला यापुढे जबाबदारीने वागले पाहिजे. 'लग्न' ही गोष्ट कितीही अवघड वाटत असली तरी प्रत्येक मुलीला ती करावीच लागते आणि तीही साहसाने, धैर्याने, संयमाने येणाऱ्या संकटांचा, अडथळ्यांचा सामना करून लग्नाची जबाबदारी ही पेलवतेच आणि आपला संसार सुखाचा करते. तू काही काळजी करू नकोस. किर्लोस्कर परिवार ही तुला खूप प्रेमाने आपलेसे करून घेईल आणि ते तुझा मायेने सांभाळ करतील." बाबांनी केलेल्या सूचनांचा आदर राखत जुईली म्हणाली," हो बाबा, मी तुमचे बोलणे नेहमी लक्षात ठेवेल. तुम्ही सांगितल्याप्रमाणे मी आता कुठल्याही गोष्टीची काळजी, चिंता न करता अगदी आनंदी राहील. तुम्ही माझी काळजी करू नका."

घरातील वातावरणात आता पुन्हा आनंद दरवळला. सर्वांच्या चेहऱ्यावरील गंभीर भाव बदलून पुन्हा एकदा सुखाची, समाधानाची, चैतन्याची लहर सभोवताली पसरली. जुईलीच्या खांद्यावर हात ठेवत संकर्षण तिला म्हणाला, "जुईली, आजचा साखरपुड्याचा कार्यक्रम खूप छान आनंदात पार पडला, त्यानंतर तुझा रडण्याचा कार्यक्रमही झाला तर आता यानंतर या दोन्ही कार्यक्रमांचे सेलिब्रेशन आपण करूयात ते म्हणजे जुईलीची आवडती पावभाजी खाऊन. चल जुईली, आजचा दिवस तुझाच. आज आपण तुला आवडणाऱ्याच गोष्टी करूयात."

हलकेच संकर्षण दादाचा खांद्यावरील हात आपल्या हातात घेत जुईली त्याला म्हणाली, "हो रे दादा, मला माहित आहे की आजच काय तर नेहमीच मला आवडणाऱ्याच गोष्टी करत आला आहेस तू. मला आठवते आपण लहानपणी सुद्धा जेव्हा सगळे मिळून हॉटेलमध्ये जेवायला जात असू तेव्हा तू तिथे फक्त मला आवडते म्हणून पावभाजी खात होतास कारण तुला तर पावभाजी मुळीच आवडत नसे. लहानपणीपासून तर आतापर्यंत आपण जेव्हाही घरात सगळे मिळून सिनेमा बघण्याचा प्रोग्राम ठरवतो तेव्हा तुला आवडत नसणारे कौटुंबिक, टिपिकल रोना-धोना चित्रपट तू फक्त माझ्यासाठीच तर बघतोस. लहानपणीपासून ते आतापर्यंत माझा मोठा दादा असतानाही मोठ्या भावाची दादागिरी तू माझ्यावर कधीच दाखविली नाहीस. तुझ्या अबोल स्वभावामुळे माझ्या विषयीची काळजी, चिंता, प्रेम हे तू कधीही बोलून दाखवले नाहीस पण तुझ्या कृतीतून, वागण्यातून ती मला नेहमीच जाणवत होती आणि कळतही होती. समोरच्या व्यक्तीपर्यंत आपल्या भावना पोहोचवण्यासाठी नेहमी शब्दांचीच मदत घ्यावी लागते असे नसते." जुईलीचे बोलणे संकर्षण मोठ्या कौतुकाने ऐकत होता. जुईलीच्या डोक्यावर हात ठेवत तो सर्वांकडे बघत म्हणाला," आपली जुईली खरंच

आता मोठी झाली हं! बरं चला आता की आज फक्त गप्पांनीच पोट भरायचे आहे? आज सगळेच दमले आहेत तेव्हा स्वाती आज घरी काहीही बनवू नकोस आपण सगळे बाहेर जाऊनच खाऊयात. चला तर मग लवकर तयार होऊन निघूयात."

दिवसभराचा थकवा आणि मनसोक्त भरपेट झालेली पोटपूजा यामुळे आता सर्वांना झोपेचे वेध लागले. रात्रीचे दहा वाजून गेले होते. थकलेल्या सत्यम ला मायेने गोंजारत, अंगाई गात स्वातीने झोपवले. शांत झोपलेल्या सत्यमच्या गालावरचा गोड पापा घेत स्वाती उठली व बाल्कनीत जाऊन उभी राहिली. आकाशात लख्ख चांदणे पसरले होते. एकटक आकाशाकडे पाहत ती विचार करू लागली की, "किती अथांग, विशाल आहे हे आकाश, सर्व दूर पसरलेलं. जणू काही सारं विश्वच त्याने स्वतःमध्ये सामावून घेतलेलं आहे. रात्रीच्या या शांततेमध्ये या थकलेल्या आकाशाला देखील सुखद झोपेची गरज असेलच नं! म्हणून तर त्याने ही चांदण्याची मऊ चादर पांघरली असेल. किती महत्त्व असतं प्रत्येकाच्या आयुष्यात या आकाशाला. प्रत्येक जण या आकाशाला गवसनी घालण्याचे स्वप्न बघत असतो. ज्याप्रमाणे विश्व हे एकच असतं पण प्रत्येकाचं वेगळं असतं त्याचप्रमाणे आकाशही एकच आहे पण प्रत्येकाचं आपल्या स्वप्नांना, इच्छा आकांक्षांना गवसनी घालण्याचं आपलं स्वतःचं असं एक वेगळंच आकाश असतं. पण माझं स्वप्न, माझं स्थान माझं कर्तुत्व सिद्ध करून त्यांना गवसनी घालण्यासाठी लागणारं माझं आकाशच मला अजून गवसलेलं नाही. आपण वेगळं असं काहीच करत नाही, ही सल काही केल्या मनातून जात नाही. दिवसभरातील घरातील ठरलेली कामे पूर्ण करणे हे एवढेच माझ्या आयुष्याचे उद्दिष्ट, ध्येय असू शकत नाही. आपल्या आयुष्याचं सुंदर गाणं बनविण्यासाठी लागणारा सुरचं अजून मला सापडला नाहीये."

बराच वेळ फोनवर मित्राशी बोलत असलेल्या सात्विक चे बोलणे झाले व बाल्कनीत उभ्या असलेल्या स्वाती कडे त्याचे लक्ष गेले. स्वाती जवळ येऊन तो तिला म्हणाला, "एवढा कसला विचार करतेस स्वाती? तू खूप अस्वस्थ वाटतीयेस. अशी स्वतःमध्येच हरवल्यासारखी बराच वेळ पासून गप्प, शांत, एकटीच उभी आहेस. एरवी मी फोनवर बोलत असताना कितीतरी वेळेस तु मला फोन ठेवण्यासाठी खुणावत असतेस पण आज मात्र तू एकदाही मला फोनवर बोलताना फोन ठेव म्हणून खुणावले नाहीच आणि माझ्या अवतीभवती फिरकली सुद्धा नाहीस. काय झाले, माझ्याशी बोलायचं नाहीये का? चिडली आहेस का माझ्यावर? सात्वीकच्या प्रश्नांची उत्तरं देत स्वाती त्याला म्हणाली,"नाही रे सात्विक. मी तुझ्यावर का बर चिडेल ? मला तर स्वतःची चीड येत आहे. स्वतःचाच राग येत आहे. आपण किती प्रेम करतो ना स्वतःवर सात्विक. मला काय हवं आहे, मला काय आवडते, मला कशाचा राग येतो, मला कशामुळे आनंद होतो, मला कोणती गोष्ट जवळची आहे प्रिय आहे अशा अनेक कितीतरी गोष्टींबद्दल आपण नेहमीच बोलत असतो ज्यामध्ये नेहमी फक्त मी, माझं, मला याचाच विचार केलेला असतो. मीही सतत हेच करत असते पण खरंच जेवढ्या स्वतःबद्दलच्या गोष्टींचा मी विचार करते, तेवढे मी स्वतःला खरंच ओळखते का? अशी कुठली गोष्ट आहे जी करताना मला सुख, आनंद तर मिळेलच पण त्याचबरोबर माझी स्वतःची ओळख, स्वतःच कर्तुत्व सिद्ध करण्यासाठी मला उपयोग होईल. अशी एक गोष्ट सुद्धा मला स्वतःविषयी सापडू नये किंवा ती कळण्यासाठी मला एवढा वेळ लागावा. मी रोज त्या गोष्टीचा विचार करतीये पण असे एकही काम मला आठवत नाही ज्यामध्ये मी माझं अस्तित्व निर्माण करून स्वतःचा ठसा उमटवू शकेल. एवढीच ओळखते का मी स्वतःला? दुसऱ्यांनी माझे मन समजून घ्यावे अशी जेव्हा मी अपेक्षा करते ,पण खरंच

मी तरी अजून माझे मन पूर्ण समजू शकले आहे का? माझ्या मनाच्या एका खोल कोपऱ्यात अजून मी पोहोचलीच नाहीये. असे म्हणतात, प्रत्येक व्यक्तीमध्ये काहीतरी खास, वैशिष्ट्यपूर्ण गोष्ट दडलेली असते तर मग माझ्यातील त्या खास, वैशिष्ट्यपूर्ण गोष्टीचा शोध मला केव्हा लागेल की लागणारच नाही. सात्विक, रोज या गोष्टीचा विचार करता करता आता मी खूप थकले आहे रे!"

निराश झालेल्या स्वातीला धीर देत सात्विक तिला म्हणाला, "अशी उद्विग्न होऊ नकोस स्वाती. स्वतःवर विश्वास ठेव आणि त्याला तुझ्या प्रामाणिक प्रयत्नांची जोड दे मग बघ तुझा हरवलेला आनंद तुला शोधत तुझ्यापर्यंत येईल. तुझा देवावर विश्वास आहे ना! मग बघ तो तुला तुझा रस्ता शोधण्यासाठी मदत करेल आणि एक दिवस तुझं स्वप्न सत्यात उतरेल. तुझ्या मनात चालू असलेलं निराशेचं वादळ तू कोणालाही जाणवू देत नाहीस. वरवरचे हसू दाखवून ते वादळ झाकून टाकतेस पण मला खात्री आहे तुझ्या मनातलं हे निराशेचं, अपयशाचं वादळ लवकरच शमेल आणि तुझी ओळख, तुझा आनंद आणि तुझं कर्तुत्व सिद्ध करून तू निर्माण केलेलं महत्त्वपूर्ण स्थान, यांचा पाऊस तुझ्या आयुष्यात लवकरच बरसेल. तेव्हा आता या नकारार्थी भावनांना पूर्णविराम दे आणि पुढचा विचार कर. जुईलीचा आज फक्त साखरपुडा झाला आहे. अजून आपल्याला तिच्या लग्नाची जबाबदारी पार पाडावयाची आहे आणि तुझी साथ असल्याशिवाय मी काहीच करू शकणार नाही. साखरपुड्याच्या कार्यक्रमातील तुझ्यावर सोपवलेली सर्व कामे तू अगदी व्यवस्थित पार पाडलिस आणि मला माहिती आहे की जुईलीच्या लग्नाच्या तयारीतही तू स्वतःला पूर्णपणे झोकून देशील. चल आता झोपूया सकाळी मला हॉस्पिटलला लवकर जायचे आहे दोन सर्जरीज आहेत. उद्या रात्री घरी आल्यावर लग्नाच्या तयारीबद्दल आपण सर्वजण एकत्र बसून ठरवूयात

कारण एका महिन्यातच आपल्याला सर्व तयारी करावयाची आहे." स्वातीने सात्विक ला होकारार्थी मान हलवली व ती दोघे झोपण्यासाठी निघून गेली.

पक्षांच्या किलबिलाटाने स्वातीला जाग आली. स्वाती हळूच उठून बसली व तीने पाहिले की सात्विक तर इथे नाहीये व ती गोंधळून गेली तिने घाईने घड्याळाकडे पाहिले तर चक्क आठ वाजले होते. सात्विक रूम मध्ये नाही याची खात्री पटल्यावर तिने सात्विक ला फोन केला. सात्विक ने फोन उचलताच ती काळजीच्या स्वरात म्हणाली, "सात्विक कुठे आहेस तू? आणि तू मला उठवले का नाहीस? किती उशीर झाला मला उठण्यासाठी आणि एवढी गाढ झोप कशी काय लागली मला?" गोंधळलेल्या स्वातीच्या प्रश्नांचा भडिमार थांबवत स्वात्विक तिला म्हणाला," स्वाती, आता तुझे प्रश्न जरा थांबव आणि मी काय बोलतो आहे ते ऐक. मी हॉस्पिटल साठी निघालो आहे. तुला खूप छान शांत झोप लागली होती म्हणून मुद्दामहूनच मी तुला उठवले नाही. तुला कालचा बराच थकवा आलेला आहे शिवाय घरातही दुसरे कोणीच उठले नव्हते. बहुदा सर्वांनी आज दांडी मारायचे ठरवले असेल. घरात कुणाचीच काहीच गडबड नव्हती म्हणून मीही तुला उठवले नाही. माझी काहीही काळजी करू नकोस मी कॅन्टीनमध्ये नाश्ता आणि जेवण करून घेईन. बरं तुला आता कसे वाटते आहे? तुझ्यासाठी चहा मी बनवून ठेवला आहे. टेबलवर थर्मास मध्ये ठेवला आहे. छान बाल्कनीत बसून निसर्गाचे निरीक्षण करत करत चहा प्यायला तुला आवडतं ना! आता दुपारी मोकळा झाल्यावर मी तुला फोन करेल चल ठेव आता." आयत्या गरमागरम चहासाठी सात्विकचे आभार मानत स्वातीने फोन ठेवला .

स्वातीने रूमच्या बाहेर डोकावले पण घरात अजून कुठलीही हालचाल ऐकू येत नव्हती. स्वातीने थर्मासमधील चहा कप मध्ये ओतला व चहाचा कप हातात घेऊन ती बाल्कनीतील झोपाळयावर येऊन बसली. सत्यमही अजून शांत झोपला होता. सकाळच्या थंडगार हवेत एक वेगळीच शांतता स्वातीला जाणवत होती. सूर्याची कोवळी किरणे आता अलगदच डोकावू लागली ती किरणे बघून स्वातीच्या मनात विचार आला की," मनाच्या गुढ गाभाऱ्यात स्वतःला डोकावण्यासाठी हा असा एकांत, शांतता मला मदत करेल का? आपण जेव्हा एकटे नसतो किंवा इतरांसोबत वावरत असतो तेव्हा आपण आपल्या मनाच्या त्या खोल गाभाऱ्यापर्यंत पोहोचूच शकत नाही. सूर्य हळूहळू वर येताना जशी त्याची किरणे चहुदिशांना विखुरली जातात तसेच इतरांसोबत असताना आपले विचारही सर्व दिशांना विखुरले जातात त्यामुळे मनाच्या खोलवर दडलेली, मिटलेली कळी उमलुच शकत नाही."स्वतःच्या विचारांमधून स्वाती बाहेर आली कारण वहिणी- वहिणी अशी जुईलीने मारलेली हाक तिच्या कानावर पडली. "वहिनी, येऊ का गं?" असे म्हणत जुईली स्वाती समोर बाल्कनीत येऊन बसली. स्वातीच्या हातातील चहाचा कप पाहून जुईली स्वातीला म्हणाली, "अरे वा वहिनी! मला पण चहा देना. मला तुझ्याशी थोडे बोलायचे आहे." स्वातीने थर्मास मधील चहा ओतून जुईलीला दिला हे पाहून जुईलीने आश्चर्याने स्वातीला थर्मास मधील चहा बद्दलचे कारण विचारले. गोंधळलेल्या जुईलीला उत्तर देत स्वाती म्हणाली, "अगं हा चहा सात्विकने हॉस्पिटलला जाण्यापूर्वीच माझ्यासाठी बनवून ठेवला." स्वातीच्या गालावरचे गोड हसू बघत जुईली तिला म्हणाली, "अरे वा वहिनी, तुझी तर मज्जा आहे. माझा दादा तुला आयता चहा बनवून देतो, किती लाड करतो ना तो तुझे. आदित्य मध्येही असे गुण असतीलना गं वहिनी? तो पण माझ्यासाठी असा चहा बनवेल

का गं! सात्विक दादा जसे प्रत्येक गोष्ट करताना तुझे मन जपण्याचा प्रयत्न करतो, तुला काय हवे नको ते काळजीपूर्वक बघतो, तुला छान छान भेटवस्तू देतो. अशाच गोष्टी आदित्य ही माझ्यासाठी करेल का गं? एवढे बोलून जुईली गप्प झाली आणि चहाचा कप तसाच ठेवून शून्यात नजर लावून एकटक बघत राहिली. जुईलीच्या मनात निर्माण झालेल्या अनेक शंका, संभ्रम यांचे निरसन करत स्वाती तिला म्हणाली, "जुईली, प्रत्येक माणूस हा वेगळा असतो, प्रत्येकाची वागण्याची, बोलण्याची, राग, प्रेम व्यक्त करण्याची पद्धत देखील वेगळी असते. माणसाचं मन हे खूप विचित्र असतं. आपल्याला प्रत्येक वेळी समोरच्या व्यक्तीने आपल्याच मनासारखे वागावे, बोलावे असेच वाटत असते पण त्या गोष्टी करण्यासाठी समोरच्या व्यक्तीला आपण तेवढा वेळही द्यायला हवा नं? लग्नानंतर थोडा काळ एकमेकांना समजून घेण्यासाठी दिला तर आपोआपच गोष्टी सुरळीत होतात आणि एकमेकांना काय हवंय हे आपण ओळखू लागतो." जुईलीची समजूत काढत स्वातीने तिच्या गालावरून हात फिरवला.

स्वातीचा हात हातात घेत जुईली तिला म्हणाली, "स्वाती वहिनी, मला तुला एक गोष्ट सांगायची आहे. घरात इतर कोणाला सांगण्या अगोदर मला ही गोष्ट तुला सांगावी असे वाटले. स्वातीच्या चेहऱ्यावर प्रश्नार्थक भाव उमटले. गंभीर स्वरात तिने जुईलीला विचारले," काय झाले जुईली? कसलं टेन्शन आले आहे तुला?" स्वातीने विचारल्यावर शांत आवाजात जुईली तिला म्हणाली,"वहिनी आदित्यचा फोन आला होता. त्याची अशी इच्छा आहे की मी त्याला बाहेर भेटावे. माझी पण भेटण्याची इच्छा आहे गं, पण खूप संकोच वाटतो आहे. घरात सगळ्यांना मी कसं सांगू? आई-बाबांना कसं विचारू? मला काहीच सुचत नाहीये." जुईलीच्या मनातला संकोच स्वातीला कळत होता त्याचबरोबर जुईलीचे

आपल्याशी असलेलं मैत्रीचं नातं ही किती घट्ट आहे याची स्वातीला कल्पना आली. घरात इतर कोणाशीही या विषयावर बोलण्याआधी सर्वात अगोदर तिला आपल्याशी बोलणे योग्य वाटले, सोपे वाटले या गोष्टीचे स्वातीला खूप कौतुकही वाटले आणि त्यासाठी आनंदही वाटला.

जुईलीच्या मनाची घालमेल शांत व्हावी यासाठी तिला दिलासा देत स्वाती म्हणाली, "जुईली, ही तर खूप आनंदाची गोष्ट आहे. तू आदित्यला भेटायला नक्कीच जायला हवे. आई-बाबांची परवानगी घेणे आवश्यक आहे पण त्यासाठी तुला वाटणारा संकोचही मी समजू शकते तू काही काळजी करू नकोस आदित्यला भेटायला जाण्यासाठी आई-बाबांची परवानगी घेण्याचे काम माझ्याकडे लागले. तू आता मस्तपैकी आदित्यला भेटायला जाण्याची तयारी कर, त्याच्यासाठी एक छानसं गिफ्ट घेऊन जायला विसरू नकोस हं! मी आई-बाबांशी बोलते तू निश्चिंत हो."

स्वातीचे बोलणे ऐकून जुईलीच्या चेहऱ्यावरील तणाव एकदम नाहीसा झाला व खळखळून हसत ती स्वातीला म्हणाली, "पण वहिनी, तु ही माझ्यासोबत यायला हवे हं. आदित्यनेही आज सुट्टी घेतली आहे. आम्ही संध्याकाळी पाच वाजता 'आनंद विहार' मध्ये भेटूयात असे ठरवले आहे. तुला जमेल ना आज पाच वाजता?" जुईली कडे गोड हसून बघत स्वाती म्हणाली," हो मला जमेल. तू काही काळजी करू नकोस, कसलाच विचार करू नकोस. आता फक्त संध्याकाळसाठी छान तयार हो." स्वाती कडे हसून बघत जुईलीने पापण्यांची उघडझाप केली व स्वातीला पाच वाजता तयार राहण्याची सूचना देत जुईली तेथून निघून गेली.

झोपेतून अर्धवट जागा झालेल्या सत्यम ने 'आई' म्हणून स्वातीला हाक मारली. लाडवलेल्या सत्यमला स्वातीने हलकेच कुशीत घेतले. त्याच्या केसांमधून हात फिरवत, त्याचा गोड पापा घेत स्वाती म्हणाली," माझं बाळ उठलं का? झोप झाली का माझ्या माऊची? आता आपण ब्रश करूया, छान छान तयार होऊयात आणि मग आईने बाळासाठी बनवून ठेवलेला गोड गोड खाऊ खाऊयात."

स्वतः सोबत सत्यम ची तयारी करून स्वाती त्याला घेऊन स्वयंपाक घरात आली. आज स्वरा व सत्यम साठी बनवलेली शेवयाची खीर स्वातीने मुलांना भरवली. आवडीची खीर खाऊन मुलं तृप्त झाली व एकमेकांसोबत खेळण्यात गुंग झाली. कालच्या दिवसभराच्या थकव्यामुळे सात्विक सोडून सर्वांनी सुट्टी घेतली होती, त्यामुळे सर्वजण घरीच होते. स्वातीने सर्वांसाठी पोहे बनवले .सर्वजण नाश्त्यासाठी जमा झाले. स्वातीने सर्वांना गरमागरम पोहे दिले, एवढ्यात स्वातीचे लक्ष जुईलीकडे गेले, ती आपल्याला काहीतरी खुणावत असल्याचे स्वातीच्या लक्षात आले व आपल्याला आदित्य व जुईली विषयी आई-बाबांशी बोलायचे आहे हेही आठवले. स्वाती आईना म्हणाली ,"आई, आदित्यचा जुईलीला फोन आला होता. त्याला जुईलीला भेटायचे आहे, जुईलीचीही तशी इच्छा आहे .आदित्य व जुईलीला भेटण्यासाठी तुमची व बाबांची परवानगी हवी आहे ."

आई-बाबांची परवानगी मिळाली व स्वातीला सोबत घेऊन आदित्यला भेटण्यासाठी जुईली ठरलेल्या ठिकाणी म्हणजेच 'आनंद विहार' या गार्डन रेस्टॉरंट ला जाण्यासाठी अतिशय आनंदाने उत्साहाने तयार झाली. सोबत येण्यासाठी हट्ट करणाऱ्या सत्यमला स्वातीने कसेबसे लाडीगोडी लावले व त्याला आईजवळ सोडून स्वाती व जुईली रिक्षात

बसून आनंद विहारच्या दिशेने निघाल्या. जुईलीच्या मनातील हुरहुर स्वातीला जाणवत होती. तिच्या चेहऱ्यावरचा तो आनंद, ती उत्सुकता स्वातीला कुठेतरी ओळखीची वाटत होती कारण हा सगळ्या भावनांचा खेळ ती सुद्धा खेळली होतीच नं!

स्वाती व जुईली ठरलेल्या ठिकाणी पोचून आता आदित्यची वाट पाहू लागल्या. जुईली किती आतुरतेने अदितीची वाट बघते आहे हे स्वातीला जाणवत होते. खिडकी जवळील एका टेबलवर बसून त्या आदित्यची वाट पाहत होत्या. पाच दहा मिनिटांनंतर आदित्य येताना दिसला. स्वाती जागेवरून उठून उभी राहिली. आदित्य जवळ येऊन उभा राहिला. "कसा आहेस आदित्य?" चेहऱ्यावर स्मित ठेवून स्वातीने त्याची चौकशी केली. स्वातीला उभे राहिलेले पाहून आदित्य नम्रपणे म्हणाला, "मी छान, मस्त आहे पण तुम्ही उभ्या का आहात वहिणी?" जुईलीच्या खांद्यावर हात ठेवत, आदित्यच्या प्रश्नाचे उत्तर देत स्वाती त्याला म्हणाली, "नको आदित्य, तुम्ही शांतपणे बोलत बसा, आमची जुईली तुझी खुप वाट बघत होती तिला तुझ्याशी खूप काही बोलायचे आहे. मनातील विचारांची निवांतपणे देवाण-घेवाण करण्यासाठी तुम्हा दोघांनाही एकांताची गरज आहे, तेव्हा तुम्ही माझी काळजी अजिबात करू नका मी बाहेर गार्डनमध्ये माझी आवडती कॉफी एन्जॉय करते. जुईली, मनावर कुठलेही दडपण न ठेवता तुझे मन मोकळे कर आणि तुमची चर्चा झाल्यानंतर मला फोन कर मी बाहेरच आहे नंतर आपण घरी जाण्यासाठी निघूयात."

आदित्य आणि जुईलीला एकटे सोडून स्वाती रेस्टॉरंट च्या गार्डनमध्ये येऊन बसली. गार्डनमध्ये सुंदर फुले, झाडे आणि टेबल खुर्च्यांची आकर्षक मांडणी, रंगीत पाण्याचे कारंजे, दिव्यांची रोषणाई हे

सर्व खूपच सुंदर दिसत होते. निवांतपणे बसून आकाशातून उडणाऱ्या पक्षांच्या थव्याचे निरीक्षण करताना स्वातीला चिडक्या आवाजात बोलणाऱ्या एका व्यक्तीच्या कर्कश्य स्वरातील शब्द कानावर आले. स्वातीने हळूच मागे वळून पाहिले. साधारणपणे साठीचे असणारे गृहस्थ एका तीशीतील मुलीला वाटेल तसे बोलत होते." तुला बघून चालता येत नाही का? वडीलधाऱ्यांना आदर तर तुम्ही आजकालची मुले देतच नाहीत पण आता तुम्हाला चालताना आम्ही दिसत पण नाहीत का? आम्हाला पायदळी तुडवण्याची सवयच लागली आहे तुमच्या पिढीला. एवढा कसला माज आला आहे तुला?" काकांचा राग अनावर झाला आणि त्या रागाच्याच भरात कसलाही विचार न करता, कुठलीही भीड न बाळगता ते त्या मुलीवर चांगलेच तोंड सुख घेऊ लागले. ती मुलगी मात्र शांतपणे नम्रपणे त्या चिडखोर माणसाची समजूत काढण्याची, त्यांना शांत करण्याचा कसोशीने प्रयत्न करू लागली. आपला चुकून धक्का लागला त्याबद्दल ती वारंवार माफी मागत होती. त्या गृहस्थांच्या अर्वाच्य भाषेतील तिखट शब्द ऐकूनही त्या मुलीच्या चेहऱ्यावरील शांततेचे भाव कायमच होते. रागाने लालबुंद झालेल्या, रागाच्या आवेगाने थरथरणाऱ्या त्या काकांना तिने खुर्ची दिली व त्यांना बसण्यासाठी ती विनंती करू लागली. तोंडाचा पट्टा सुरूच ठेवत ते काका खुर्चीवर बसले. टेबल वरील पाण्याचा ग्लास हळूच उचलून तिने तो काकांना दिला. त्या मुलीकडे आश्चर्याने बघत काकांनी तो ग्लास हातात घेतला व शांततेने ते हळूहळू घोट घोट पाणी पिऊ लागले. पाण्यासोबत सगळा राग पिऊन घेतला जावा त्याप्रमाणे काका आता शांत झाले. हातातील पाण्याचा ग्लास टेबलवर ठेवत खाली मान घालून ते गृहस्थ तेथून निघून गेले. आजूबाजूची सर्व मंडळी हा प्रकार अवाक् होऊन पाहत होती, एकमेकांसोबत कुजबुजत होती. हा सगळा प्रकार चालू असताना त्या मुलीकडे पाहून आपण हिला

ओळखतो मी हिला कुठेतरी पाहिले आहे असे स्वातीला खूप प्रकर्षाने जाणवत होते पण आठवत मात्र नव्हते. न रहावून स्वाती जागेवरून उठली व त्या मुलीजवळ जाऊन तिला म्हणाली," माफ करा हं! मी तुम्हाला ओळखते का? चेहरा खूप ओळखीचा वाटतो आहे पण आपण याआधी कुठे भेटलो आहोत हे आठवत नाहीये. मला तुमचे नाव कळू शकेल का?

स्वातीचे बोलणे लक्ष देऊन ऐकत असतानाच ती स्वाती कडे निरखून बघू लागली आणि काही क्षणातच ती स्वातीचा हात हातात घेऊन आनंदाने आणि आश्चर्याने स्वातीला म्हणाली, “तू स्वातीच नं! अगं मला ओळखले नाहीस का?” आता तर स्वाती आनंदा सोबतच गोंधळलेल्या नजरेने तिच्याकडे पाहू लागली. अडखळतच, दबक्या स्वरात स्वाती म्हणाली," तुझे नाव कस्तुरी आहे का?" स्वातीच्या प्रश्नाचे उत्तर देत कस्तुरीने होकारार्थी मान हलवली. स्वाती आणि कस्तुरी दोघींच्याही तोंडातून शब्द फुटेना पण मनातला आनंद अश्रूंच्या रूपाने डोळ्यातून घळाघळा व्यक्त होऊ लागला. कस्तुरीने हलकेच डोळ्यातील पाणी टिपले व ती स्वातीला म्हणाली ,"किती वर्षांनी भेटली आहेस, कशी आहेस तू?" स्वातीला मात्र काय बोलावे आणि काय नाही काही सुचत नव्हते. भरून आलेल्या डोळ्यांनी मात्र ती सतत कस्तुरीला पाहण्याचा प्रयत्न करत होती. कस्तुरीने पर्समधून रुमाल काढला व स्वातीचे डोळे पुसले. स्वातीचा हात हातात घेऊन तिला टेबल शेजारी मांडलेल्या एका खुर्चीवर बसवले व शेजारच्या खुर्चीवर स्वतः बसत ती स्वातीला म्हणाली," तशीच आहेसं स्वाती तू अगदी लहानपणी जशी हळवी, भाऊक होतीस तशीच. थोडी सुद्धा बदलली नाहीस. बदल फक्त तुझ्या दिसण्यातच झाला. किती छान, सुंदर दिसतेस तू. लहानपणीचा निरागसपणा अजूनही तुझ्या चेहऱ्यावर कायम आहे हं! तुला पाहिले आणि आपल्या बालपणीच्या आठवणी, समुद्राला जशी भरती येते

त्याप्रमाणे माझ्या मनात अगदी भरून आल्या. आज जवळपास आपण पंधरा-सोळा वर्षानंतर भेटत आहोत. तुझ्याशी किती किती आणी काय काय बोलू असे मला झाले आहे. बघ मी पण कशी आहे ना, एवढ्या वेळेपासून एकटीच बोलत आहे तुला तर बोलण्याची संधीच दिली नाही मी." स्वातीचा हात हातात घट्ट धरून कस्तुरी मनात दाटून आलेल्या भावनांचा वेग आवरण्याचा प्रयत्न करत होती तिने हातात घट्ट दाबून ठेवलेल्या हातावर स्वातीला कस्तुरीच्या मनातील प्रेमाचा उबदार स्पर्श जाणवत होता. जसे आनंदाचे उधाण कस्तुरीच्या मनात आले होते तेच आठवणींचे, आनंदाचे उधाण स्वातीच्याही मनात आले होते. भावनांचा वेग आवरणे दोघींनाही कठीण झाले होते त्यावर त्या भावनांचा वेग न आवडता त्यांना व्यक्त करणेच महत्त्वाचे आहे हे दोघींनाही कळत होते. डबडबलेल्या डोळयांनी कस्तुरी कडे पाहत स्वाती म्हणाली, "मला तर विश्वासच बसत नाहीये कस्तुरी, की तू माझ्यासमोर बसलीयेस. मला अजूनही हे सगळं स्वप्न असल्यासारखेच वाटत आहे आपण पुन्हा कधी भेटू हा विचारच मी माझ्या मनातून काढून टाकला होता. काहीतरी हरवलेले पुन्हा भेटल्यासारखे वाटत आहे. आपण आठवीत असताना तुझ्या बाबांची मुंबईला बदली झाली आणि तू मुंबईला निघून गेलीस आणि त्यानंतर आपली भेटच झाली नाही. आपण तेव्हा किती वेड्या होतो ना! एकमेकींना पुन्हा भेटण्यासाठी तेव्हा आपण कुठल्याच पर्यायांचा विचार केला नाही आणि त्यानंतर आपण पुन्हा भेटणारच नाही याचेच दुःख करत बसलो कारण त्यावेळेस फोन ही सुद्धा सर्वांच्याच वापरात सहजपणे असणारी वस्तू नव्हती. त्यामुळे फोनवरून संपर्कात राहणेही शक्य नव्हते." स्वातीच्या डोळयांतील अश्रू गालावर ओघळले स्वातीने डोळे पुसले व हसऱ्या चेहऱ्याने ती कस्तुरीला म्हणाली, "पण जाऊ दे, आज तू मला पुन्हा भेटलीस. खूप वर्षांपूर्वी हरवलेली माझी

जीवाभावाची मैत्रीण आज मला नव्याने भेटली. तुझ्या मध्ये सुद्धा खूपच बदल झाला आहे." स्वाती कौतुकाने कस्तुरी कडे बघत तिचे निरीक्षण करू लागली. लांब सडक कमरेपर्यंत असलेले दाट काळेशार केस, उंच व सड पातळ बांधा आणि गव्हाळ रंग, नाकी डोळी नीटस आणि ओठां जवळ असलेला काळा तीळ, कस्तुरीचे सौंदर्य खूपच खुलवत होता. गुलाबी रंगाचा कॉटनचा पंजाबी सूट घातलेल्या कस्तुरीचे व्यक्तिमत्व स्वातीला खूपच प्रभावशाली वाटले. तिच्यातला आत्मविश्वास, तिच्या एकंदरीतच वागण्यात दिसून येत होता. एवढा वाद होऊनही कस्तुरीची प्रसन्न भाव मुद्रा बदलली नाही याचे स्वातीला कौतुक आणि आश्चर्य दोन्हीही वाटत होते. कुतूहलाने तिने कस्तुरीला विचारले, "कस्तुरी, मला एक गोष्ट कळली नाही ती म्हणजे, ते काका एका छोट्या गोष्टीसाठी विनाकारण तुझ्यावर एवढे ओरडले, तुझे काहीही ऐकून न घेता ते तुझा अपमान करत राहिले तरी तू त्यांच्यावर न रागावता एवढ्या धीराने, प्रेमाने कसे काय त्यांना समजावत राहिलीस? तुझ्या चेहऱ्यावर मला थोडा सुद्धा राग, संताप दिसला नाही अशा परिस्थितीत तू एवढी शांत कशी काय राहू शकतेस? मला तर या गोष्टीचे खूपच आश्चर्य वाटले. याउलट जर हीच गोष्ट माझ्या बाबतीत घडली असती आणि तुझ्या जागी जर मी असते तर त्या काकांच्या वागण्याचा मला खूप राग आला असता पण त्यांच्याशी मी अरेराविणे किंवा भांडूनही बोलू शकले नसते परंतु राग अनावर होऊन मी तो फक्त माझ्या रडण्यातूनच व्यक्त केला असता. मी न घाबरता, खंबीरपणे त्यांच्याशी भांडलेही नसते किंवा त्यांची समजूतही काढू शकले नसते पण तू ही परिस्थिती किती शांतपणे, समंजसपणे हाताळलीस यासाठी तुझे जेवढे कौतुक करावे तेवढे कमीच आहे."

शांतपणे स्वातीचे बोलणे ऐकून कस्तुरीने एक गोड स्मित केले व त्यावर ती स्वातीला म्हणाली," अगं स्वाती, हा सगळा माझ्या

प्रोफेशनचाच एक भाग आहे." कस्तुरीचे बोलणे एकूण स्वाती गोंधळात पडली व साशंक नजरेने ती कस्तुरी कडे पाहू लागली. स्वातीच्या मनात कितीतरी प्रश्न निर्माण झाले आहेत हे कस्तुरीने ओळखले ती स्वातीला म्हणाली," मला माहित आहे स्वाती तुझ्या मनात खूप प्रश्न निर्माण झाले आहेत पण जरा थांब मी तुझ्या सगळ्या प्रश्नांचे निरसन करेल त्यासाठी अगोदर मी तुला माझा पूर्ण परिचय देते. मी डॉक्टर 'कस्तुरी निशांत साने'. यावरून तुझ्या हे लक्षात आलेच असेल की मी एक डॉक्टर आहे. माझे लग्न झाले आहे आणि माझ्या नवऱ्याचे नाव निशांत साने आहे. निशांत नेव्ही मध्ये ऑफिसर आहे. पाच वर्षांपूर्वी आमचे लग्न झाले. निशांत मूळचा पुण्याचाच आहे त्यामुळे लग्नानंतर मी मुंबईहून पुण्याला आले. मी एक मानसतज्ञ आहे त्यामुळे मी तुला म्हणाले की ही परिस्थिती समंजसपणे हाताळणे हा माझ्या प्रोफेशनचा एक भाग आहे. बारावी नंतर मला मानसशास्त्रात रस निर्माण झाला आणि त्यानंतर मी ठरवले की मी आता मानसशास्त्राचा सखोल अभ्यास करणार आणि त्यातच माझे करिअर घडवणार. त्यासाठी बी.ए. त्यानंतर एम. ए. मानसशास्त्र आणि त्यानंतर क्लिनिकल सायकॉलॉजी केले आणि आता याच विषयात पी.एच.डी. केली. अशा प्रकारे मी डॉक्टर झाले, आणी त्यानंतर माझे क्लिनिक सुरु करून मी प्रॅक्टिस करत आहे. बरं ते जाऊ दे. बऱ्याच वेळेपासून मी फक्त माझ्याच बद्दल बोलत आहे आता तू तुझ्याबद्दल सांग. तू काय करतेस ते सांग? तशी तू तर शाळेत हुशार होतीस." कस्तुरीचे बोलणे ऐकून स्वाती मनोमन सुखावली पण लगेच वास्तविकता आठवुन तिचं सुख मनातल्या मनात विरलं. स्वतःबद्दल माहिती देत ती कस्तुरीला म्हणाली," आता माझे पूर्ण नाव 'स्वाती सात्विक शास्त्री' आहे.माझा नवरा सात्विक डोळ्यांचा डॉक्टर आहे. त्याच्या क्षेत्रात त्याने चांगलाच जम बसवला आहे. तोही हाडाचा डॉक्टर तर आहेच पण माणूस म्हणून देखील

कुणालाही हेवा वाटावा असाच आहे. सात्विक सारखा जोडीदार मिळाला हे माझे भाग्यच आहे. तो मला खूप चांगल्या पद्धतीने समजून घेतो. तो एक आदर्श नवरा असण्यासोबतच आदर्श मुलगा भाऊ आणि बाबा देखील आहे. मला एक चार वर्षांचा मुलगा आहे त्याचे नाव सत्यम आहे. बाकी माझ्या स्वतःच्या करिअरबद्दल बोलावे असे विशेष माझ्याकडे काहीच नाही. मी एमएससी मॅथेमॅटिक्स केले, पण त्यानंतर मी पुढचे काही शिक्षण घेऊ शकले नाही आणि स्वतःच्या पायावर उभेही राहू शकले नाही. माझे असे विशेष कर्तृत्व, स्वतःची अशी विशेष ओळख मी निर्माण करू शकले नाही. आज जेव्हा आपल्या सोबतचे मित्र-मैत्रिणी भेटतात आणि ते मोठ्या अभिमानाने सांगतात की मी डॉक्टर आहे, मी इंजिनियर आहे, मी टीचर आहे तेव्हा स्वतःबद्दल खूप राग येतो. स्वतःची खूप चिड येऊ लागते. आपण काहीच करू शकलो नाही त्याचा खूप राग येतो. आज मी माझ्या संसारात खूप सुखी आहे. फक्त माझी स्वतःची अशी विशेष ओळख नाहीये ही एक गोष्ट सारखी मनात सलत असते .माझा असा अनुभव आहे की आपले जर कर्तृत्व नसेल तर इतरांकडून आपल्याला आदरही मिळत नाही किंवा असेही म्हणता येईल की स्वतःलाच स्वतःबद्दल आदर वाटत नसल्यामुळे दुसऱ्यांनी सहजपणे बोललेल्या गोष्टीही अपमानास्पद वाटतात किंवा मनाला लागतात. मनातल्या मनात स्वतःचे स्वतःशीच भांडण चालू असते. भूतकाळात घडलेल्या कटू आठवणींची सावली अधून मधून वर्तमानातही पडतच असते आणि त्यामुळे, त्यावेळी मनाला झालेल्या जखमांच्या वेदना नव्याने पुन्हा त्यांचे अस्तित्व दाखवतात."

स्वाती स्वतःबद्दल जे काही सांगत होती ते ऐकून कस्तुरी विचारात पडली. ती विचार करू लागली की लहानपणी एवढी आनंदी, स्वच्छंदी, आत्मविश्वासू आणि महत्त्वकांक्षी असणारी स्वाती जिला मी

ओळखत होते ती हीच आहे का? शाळेत वर्गामध्ये चटकन कुठल्याही प्रश्नाचे उत्तर देणारी, हजर जबाबी आणि स्वतःवर प्रेम करणारी स्वाती ही तीच आहे का? शाळेत असतानाच कितीतरी छान छान गोष्टी, निबंध कविता करणारी स्वाती ही तीच आहे का? मनातला गोंधळ बाजूला सारत कस्तुरी स्वातीला म्हणाली, "मी एक मानस तज्ञ आहे .मी रोज विविध वृत्ती प्रवृत्ती असणाऱ्या कितीतरी लोकांना भेटत असते. स्वतःचे ज्ञान, शिक्षण आणि अनुभवाचा वापर करून मी माझ्याकडे येणाऱ्या रुग्णांना बरे करण्याचा प्रयत्न करत असते. आत्ता थोड्या वेळापूर्वी घडलेला प्रकार पाहून तु मला विचारलेस की, ते काका माझ्याशी एवढ्या रागाने भांडत असतानाही मी एवढ्या शांततेने त्यांच्याशी कशी काय बोलू शकले? ते काका माझ्याशी एवढ्या छोट्या कारणावरून भांडले. त्यांना माझा खूप राग येत होता आणि तो राग ते शब्दांच्या रूपात व्यक्त करत होते. मला हे माहीत होते की त्यांच्या रागाचे कारण मी नाहीये तर त्याला जबाबदार त्यांच्या आयुष्यात घडलेल्या, त्यांच्या भूतकाळात दडलेल्या गोष्टी, घटना किंवा आठवणी आहेत. त्यांना त्यांच्या रागावर नियंत्रण मिळवणे जमत नाही परंतु मी तर माझ्या रागावर नियंत्रण ठेवू शकते ना! मी पण त्यांच्याप्रमाणेच रागाचे उत्तर रागानेच दिले असते तर काय उपयोग झाला असता माझ्या शिक्षणाचा? काय फरक राहिला असता त्यांच्यामध्ये आणि माझ्यामध्ये? ज्या विषयाचे मी शिक्षण घेतले आहे ,ज्याचे मला ज्ञान आहे ते वापरूनच मी ती परिस्थिती शांततेने सामंजस्याने सांभाळण्याचा प्रयत्न केला आणि हे असे करून मी त्या काकांसोबतच स्वतःची देखील मदतच केली. ते काका माझ्यावर ज्याप्रमाणे रागवत किंवा ओरडत होते त्याचप्रमाणे मीही त्याचे प्रत्युत्तर रागावून किंवा चिडचिड करून दिले असते तर त्याचा मला देखील त्रासच झाला असता. एखाद्या व्यक्तीविषयी, घटनेविषयी घडलेल्या आठवणी आपल्या मेंदूमध्ये

जपल्या जात असतात, तेव्हा होतील तेवढ्या चांगल्या आठवणीच निर्माण करण्याचा आपण प्रयत्न करत जावा परंतु प्रत्येक आठवण निर्माण होताना त्याला आपल्या अवतीभवती असणाऱ्या कित्येक व्यक्ती, गोष्टी,घटना आणि परिस्थिती हे सर्व घटक जबाबदार असतात आणि त्या सहजपणे बदलणेही आपल्या हातात नसते तेव्हा त्यावर उपाय हा आहे की आपण स्वतः परिस्थितीशी जुळवून घ्यायला शिकावे. भूतकाळात घडलेल्या वाईट घटना किंवा भविष्याची चिंता यावर विचार न करता वर्तमानात जगण्याचा प्रयत्न करावा. तू म्हणालीस की भूतकाळातील कटू आठवणींमुळे आजही मनाला वेदना होतात तर त्यावर उपाय म्हणजे भूतकाळात न रमता आजच्या क्षणात जगायला शिकायला हवे. भूतकाळातील वाईट आठवणींचे पडसाद आपल्या वर्तमानात पडल्यास ती गोष्ट आपल्या वर्तमानासोबतच आपल्या भविष्याला देखील धोक्यात आणते. प्रत्येकाच्या आयुष्यात न आवडीच्या काही घटना घडतातच पण आयुष्यभरासाठी त्याला कुरवाळत न बसता आपल्याला त्या गोष्टी विसरायला शिकायला हवे. आपण म्हणतो प्रत्येकाच्या आयुष्यात नेहमी सुखाची बेरीज आणि दुःखाची वजाबाकीच व्हायला हवी ते सर्वस्वी आपल्याच हातात असते. वाईट आठवणींची वजाबाकी आणि मनाला सुखावणाऱ्या, आनंद देणाऱ्या आठवणींची बेरीज करणे म्हणजेच मनाला त्रास देणाऱ्या दुःख देणाऱ्या गोष्टींना विसरण्याचा प्रयत्न करणे होय. या तत्त्वाचे पालन केले तरच आपण आपल्या वर्तमानाचा पाया भक्कम करून भविष्यातील सुंदर आयुष्याची इमारत उभारण्यात यशस्वी होऊ शकतो.

माझ्याकडे येणाऱ्या हजारो रुग्णांचे मी समुपदेशन करत असते तेव्हा प्रत्येकाची केस सोडवताना त्यांच्या मानसिक व्याधींचे निराकरण करत असताना मीही त्यातून जीवन जगण्याच्या, जीवनाकडे बघण्याच्या

दृष्टिकोनाला सकारात्मकता आणण्याच्या, अनेक कला शिकत असते ज्या व्यक्तींमुळे, घटनांमुळे आपल्याला त्रास होतो त्यांना माफ करायला शिकायला हवे. असे करून आपण स्वतःला दुःखाच्या खोल दरीत पडण्यापासून वाचवतो म्हणजेच या मार्गाने आपण स्वतःची मदतच करत असतो. आपल्या सभोवताली असलेल्या परिस्थितीशी, व्यक्तींशी जुळवून घेणे आणि वाईट आठवणींच्या दृष्ट चक्रातून बाहेर पडणे ही सुखी, आनंदी आणि प्रगतिशील जीवनाची गुरुकिल्ली आहे.

तुझ्या अंगणात लावलेल्या रोपट्याला तू पाहिलेच असशील. ते इवलेसे रोपटे कडाक्याची थंडी, सोसाट्याचा वारा, ऊन ,पाऊस या सर्व गोष्टींचा सामना करून आपल्या मुळांनी जमिनीला घट्ट धरून ठेवते. सर्व प्रतिकूल परिस्थितीचा सामना करत करत ते मोठे होते आणि त्याचे एक छान सुंदर, बहारदार झाडात रूपांतर होते. त्याच्याही आयुष्यात संकट आलीच नं! त्यालाही दुःख झालेच ना! पण त्या परिस्थितीवर त्याने मात केली. संकटांच्या, दुःखाच्या, निराशेच्या ओझ्याखाली दबून न जाता त्याने या सर्व परिस्थितीशी जुळवून घेतले आणि स्वतःचे अस्तित्व टिकवले. मला माहित आहे स्वाती तू कशी आहेस. मी तुला लहानपणी पाहिलेले आहे. मला आठवते आपल्या वर्गातील हुशार मुलांच्या यादीत तुझी गणना होत असे. तू खूप आत्मविश्वासू आणि महत्त्वकांक्षी आहेस. आपण डॉक्टर, इंजिनियर ,शिक्षक झालो म्हणजेच आपले नाव होते किंवा आपले कर्तुत्व सिद्ध होते असे नाही, अजूनही वेळ गेलेली नाही. भूतकाळातील तुझ्या, तुला आनंद देणाऱ्या आठवणी फक्त जप आणि आणि नकोशा आठवणींना स्वतःपासून दूर ठेव .अगोदर तू स्वतः तुझा आदर कर, स्वतःवर प्रेम कर आणि मग बघ सोनेरी भविष्याकडे जाणारी तुझी पाऊलवाट तुला सापडते की नाही ."

कस्तुरीचे बोलणे स्वाती मन लावून ऐकत होती .आपली जीवाभावाची मैत्रीण किती पोट तिडकीने आपले दुःख कमी करण्यासाठी आपल्याला समजावून सांगत आहे याचा स्वातीला खूप आनंद झाला. कस्तुरीने स्वातीचा हात हातात घेतला व ती स्वातीला म्हणाली," चल स्वाती, आता मी निघते पण वरचेवर, वारंवार भेटत जाऊयात. हे माझे कार्ड ठेव आपण फोनवर पुन्हा बोलूयात. मला फोन कर तुला वेळ असेल तेव्हा आणि एक गोष्ट तर विचारायची राहूनच गेली ती म्हणजे तुझे लिखाण कसे चालू आहे ?सध्या काय लिहितेस तू? खूप छान गोष्टी लिहायचीस, कविता करायचीस. आपण तू बनवलेल्या कवितेला शाळेच्या मधल्या सुट्टीत चाल लावत बसायचो."

कस्तुरीचे बोलणे ऐकले आणि स्वातीच्या डोक्यात लख्ख प्रकाश पडला. खूप वेळापासून आपण अंधारात चाचपडत होतो ती गोष्ट लख्ख प्रकाश पडावा आणि डोळ्यांसमोर दिसावी तसेच स्वातीला वाटले. स्वातीच्या चेहऱ्यावर एकदम हसू उमटले. काळाच्या पडद्याआड दडलेल्या कोवळ्या बालपणातील रम्य आठवणींनी मंजुळ साद घालावी आणि बंद मनाचे दरवाजे उघडले जावेत त्याप्रमाणे स्वातीचे निरागस बालपण तिच्या डोळ्यासमोर उभे राहिले. स्वातीने कस्तुरीचा हात हातात घेतला व ती म्हणाली," तुला अजून आठवते का गं कस्तुरी, किती छान होते गं ते दिवस! किती निरागस, छान असतं ग बालपण. आजूबाजूच्या कुठल्याही गोष्टीची जाणीव न ठेवता किती आत्मकेंद्री असतो ना आपण बालपणात. किती प्रेम करायचे मी स्वतःवर. जिद्द, चिकाटी ,आत्मविश्वास आणि कठोर परिश्रम या सर्व गोष्टी अगदी लक्ष देऊन अंगीकारण्याचा प्रयत्न मी करीत असे. शाळेतून घरी येताच घरात येण्या अगोदर पायरीवरच बसून शाळेचा गृहपाठ पूर्ण करायचाच त्याशिवाय दुसरे कुठलेच काम करायचे नाही असा मी केलेला निश्चय, त्याचे मी कितीतरी

वर्ष काटेकोरपणे पालन केले. प्रत्येक गोष्ट काटकसरीने वापरायची, वह्या-पुस्तके व्यवस्थित नीटनेटकी ठेवायची, कधीही खोटे बोलायचे नाही, कोणाशीही स्वतःहून वाईट बोलायचे नाही किंवा भांडायचे नाही, शाळेचा अभ्यास वेळेत पूर्ण करायचा असे कितीतरी नियम मी स्वतःच स्वतःला घातले होते व त्याचे काटेकोर पालनही मी करायचे आणि बऱ्याचशा गोष्टींची शिस्त मी आजही मला ठेवली आहे हं! पण एक गोष्ट मात्र मला जमली नाही ती म्हणजे मन पक्कं, खंबीर आणि मजबूत बनवणे. आज मागे वळून पाहिल्यावर त्या गोष्टींची जाणीव होते. दुसऱ्यांनी केलेली तुलना, अवहेलना, भेदभाव मला पचवता आला नाही. स्वतः सोबत घडणाऱ्या प्रत्येक नकारार्थी गोष्टीने मी स्वतःला मजबूत न बनवता आणखीनच दुःखी, निराश होत गेले आणि त्याचा परिणाम असा झाला की यशाकडे ,प्रगतीकडे जाणारी माझी वाट चुकली आणि मी अपयशाच्या, अधोगतीच्या मार्गाला लागले. लहानपणी माझ्यामध्ये असणारी जगाकडे, जीवनाकडे बघण्याची सकारात्मकता हळूहळू मी मोठी होत असताना आजूबाजूच्या परिस्थितीची आणि लोकांची ओळख होऊन आणि आपण फारसे महत्त्वाचे नाही आहोत याची जाणीव होऊन नकारात्मकतेत बदलत गेली पण आज माझी चूक माझ्या लक्षात येते. हळूहळू मोठी होत असताना स्वतःचे व्यक्तिमत्व घडवत असतानाच्या सुवर्णकाळात मला कोणीच महत्त्व दिले नाही पण मी मात्र माझ्या आजूबाजूला असणाऱ्या प्रत्येक गोष्टीला नको तेवढे महत्त्व दिले आणि मनातल्या मनात कुढत राहून स्वतःला कमी लेखत राहिले. आज कित्येक वर्षांनी तू मला भेटलीस आणि माझी मला नव्याने ओळख करून दिलीस. आज एवढ्या वर्षांनंतरही तू मला, मी लहानपणी जशी होते, माझ्या मधील वैशिष्ट्यांसोबत तुझ्या मनात जपले आहेस. तुझ्यामुळे आज मला माझ्यातली मी, जी निराशेच्या गर्तेत कोठेतरी हरवली होती, ती मला

तुझ्यामुळे सापडली आहे. नदीवरचा अडवलेला बांध काढावा आणि कित्येक दिवसांपासून अडलेले पाणी खळखळत वाहत सुटावे व गढूळ पाण्याने भरलेल्या एका डबक्याचे एका स्वच्छ, नितळ झऱ्यात रूपांतर व्हावे तसेच आज माझे मन स्वच्छ,मोकळे ,निर्मळ झाले आहे. तू सांगितलेस ते मला अगदी पटले आहे की आपले जीवन म्हणजे आपला वर्तमानकाळ. आयुष्याच्या पुस्तकातून भूतकाळाचे पान काढून टाकून सुंदर वर्तमानाचे पान वाचत त्याचा आनंद वेचत भविष्याच्या दिशेने आनंदाने, सकारात्मकतेने प्रवास करावा."

स्वातीचे बोलणे मन लावून ऐकणाऱ्या कस्तुरीने हलकेच स्वातीचे पानावलेले डोळे पुसले व तिचा हात आपल्या दोन्ही हातांमध्ये घट्ट धरून ती स्वातीला म्हणाली," स्वाती आज एवढ्या वर्षानंतर आपण भेटलो, पण हे पाहून खूप छान वाटले की आपल्या मध्ये फक्त काळाचे अंतर होते. मनाने तर आपण आजही तितक्याच जवळ आहोत, जेवढ्या आपण शाळेत असताना होतो. आज तू माझ्या जवळ ज्याप्रमाणे व्यक्त झालीस त्यामुळे तुझे मन नक्कीच हलके झाले असेल. एक गोष्ट नेहमीच लक्षात ठेव स्वाती तुला जेव्हाही माझी गरज असेल मी अगदी हाकेच्या अंतरावर आहे मी नेहमीच तुझ्यासोबत आहे. मला तुझा नंबर दे स्वाती. अजूनही खूप काही बोलायचे राहूनच गेले आहे असे वाटत आहे पण काय करू मला आता जावेच लागेल. क्लिनिक मध्ये जाण्याची वेळ झाली आहे आणि माझ्या मधील वक्तशीरपणाचा गुण मी पण अजूनही जोपासला आहे बर का!" स्वातीला टाळी देत कस्तुरीने तिला हसवण्याचा प्रयत्न केला. दोघींच्याही चेहऱ्यावर समाधानाचे हसू उमटले. दोघींनीही फोन नंबरची देवाणघेवाण केली व लवकरच पुन्हा भेटण्याचे आश्वासन एकमेकींना दिले.जड पावलांनी कस्तुरीने स्वातीचा निरोप घेतला व ती

तेथून निघून गेली. पाठमोऱ्या कस्तुरी कडे ती दिसेनाशी होईपर्यंत स्वाती बघत राहिली.

मनावरच ओझं हलकं होऊन कोंडलेल्या श्वास मोकळा व्हावा त्याप्रमाणे स्वातीला आता मोकळे वाटू लागले. आनंद दडून बसलेल्या मनाची कवाडे उघडली जावेत आणि तो आनंद ओसंडून वहावा त्याप्रमाणे स्वातीच्या चेहऱ्यावरचे भाव आता उजळले होते. थोड्या वेळाने आदित्यचा निरोप घेऊन स्वाती व जुईली घरी परतल्या.

घराच्या अंगणातील बागेत सात्विक सोबत खेळणारा सत्यम स्वातीला बघताच तिला येऊन बिलगला. कौतुकाने, मायेने स्वातीने सत्यम ला उचलून कुशीत घेतले व त्याच्या केसांमधून हात फिरवत तीने सत्यमचा गोड पापा घेतला. त्यावेळेस तिच्या मनात विचार आला की, "जगातली सर्व सुखं एकीकडे आणि आपल्या बाळाच्या प्रेमाच्या, उबदार स्पर्शाचे सुख एकीकडे. एका गोड बाळाची आई होऊन त्याचे पालन पोषण, संगोपन करण्याचा केवढा बहुमान मला देवाने दिला आहे! माझे हरवलेले निरागस बालपण पुन्हा एकदा सत्यम सोबत मी नव्याने जगते आहे. नुकतेच पंखांमध्ये बळ आलेल्या एखाद्या पक्षाने उंच आकाशात भरारी घेत उडावे त्याप्रमाणे आज माझे निर्मळ झालेले मन सकारात्मकतेचे बळ घेऊन उंच आकाशात भरारी घेत आहे. आज माझ्या सत्यम ला माझी ओढ आहे, माझा लळा आहे. मी थोडा वेळही नजरेआड झाले तर तो कासावीस होतो आणि मी दिसताच माझ्या कुशीत विसावतो, हे पण तर माझे कर्तृत्वच आहे ना!"

स्वातीच्या चेहऱ्यावरील गोड हसू, समाधान याचे सात्विक बऱ्याच वेळेपासून निरीक्षण करीत होता. स्वातीच्या जवळ येत तो तिला म्हणाला," काय स्वाती ,खूप खुश दिसतीयेस. एवढा कसला आनंद झाला

आहे? तुझ्या चेहऱ्यावरील हसू, मनातला आनंद, समाधान पाहून मला पण खूप छान वाटत आहे. नेहमी अशीच आनंदी, उत्साही आणि खळखळून हसत रहा. मी आणि सत्यम केव्हापासून तुझी वाट पाहत आहोत. आपली तर आज दिवसभरात भेटच झाली नाही. तुला सरप्राईज देण्यासाठी लवकर घरी आलो तर कळले की तू जुईली सोबत बाहेर गेली आहेस. मग काय. बसलो तुझी वाट बघत. अजून मी चहाही घेतलेला नाहीये कारण मला तुझ्या सोबतच गप्पा मारत चहा पिण्याचा मूड होता." सात्विक कडे नजरेचा कटाक्ष टाकत स्वाती त्याला म्हणाली,"अरे वा!, आज एकच दिवस माझी वाट पहावी लागली तर एवढा कंटाळलास आणि वैतागलास, पण मी तर रोज तुझी वाट पाहत असते. वाट बघत बसणे हेही काही सोपे काम नसते हे तरी तुला आज कळलेच असेल त्यामुळे यापुढे तू मला तुझी रोज वाट पाहायला लावणार नाहीस आणि वेळेत घरी येत जाशील, हो ना!"

स्वाती कडे कौतुकाने बघत सात्विक तिला म्हणाला की," एक गोष्ट मात्र खरी आहे की जी तुझ्याएवढी चांगली कोणीच करू शकत नाही ती म्हणजे टोमणे मारणे. कसे काय जमते गं, मला पदोपदी टोमणे मारणे. त्यात मात्र तुझ्या एवढे तरबेज कोणीच नाही हं, आपल्या घरात." सात्विक चे खट्याळ मस्तीखोर बोलणे ऐकून त्याला प्रत्युत्तर देत स्वाती म्हणाली," धन्यवाद सात्विक. किती कौतुक, स्तुती करतोस ना तू माझी ऐकून खूप छान वाटले पण आता चहा हवा आहे ना? मी लगेच आपल्यासाठी बनवून आणते." सत्यमला कडेवर घेऊन त्याच्याशी बोबडे बोल बोलत स्वाती घरात गेली.

दिवे लागण्याची वेळ झाली. स्वातीने देवासमोर दिवा लावला आणि मोठ्या उत्साहाने सर्वांच्या आवडीनिवडी लक्षात ठेवून त्याप्रमाणे

स्वयंपाकाला लागली, तासाभरात तिने स्वयंपाक उरकला. सर्वजण जेवणाच्या टेबलवर जमा झाले. सात्विक, संकर्षण व संस्कृतीने जुईलीला आदित्यबद्दल असंख्य प्रश्न विचारून तिची मस्करी करत तिला भांडावून सोडले होते. बाबाही मधून मधून त्यांना साथ देत होते, मात्र बऱ्याच वेळेपासून गप्प गप्प असणाऱ्या आईकडे स्वातीचे लक्ष गेले. आईच्या खांद्यावर हलकेच हात ठेवत ती आईना म्हणाली, "आई, काय झाले? तुम्ही काहीच बोलत नाही आहात, बऱ्याच वेळेपासून शांत शांत आहात. तुम्हाला बरे वाटत नाहीये का?" स्वातीचे बोलणे ऐकून सर्वजण एकदम शांत झाले. बाबांनी आईना विचारले," काय झाले गायत्री ?अगं आपली मुलगी आजचं सासरी जात नाहीये, अजून महिनाभराचा अवकाश आहे." बाबांनी केलेली चेष्टा ऐकून आई म्हणाल्या, "त्याचेच तर टेन्शन आले आहे मला, की अजून फक्त महिनाच उरला आहे लग्नाच्या तयारीला. महिनाभरात एवढी सगळी कामं कशी होणार आहेत?" आईला धीर देत सात्विक म्हणाला," तू काही काळजी करू नकोस आई. आपण उद्यापासूनच तयारीला सुरुवात करणार आहोत. लग्नासाठी हॉलचे बुकिंग तर झालेलेच आहे. दोन दिवसात निमंत्रण पत्रिका तयार होऊन येतील आणि स्वाती म्हणत होती त्याप्रमाणे लग्नात येणाऱ्या सर्व पाहुण्यांना देण्यासाठी लागणाऱ्या भेटवस्तू उद्या स्वाती जाऊन घेऊन येईल." सात्वीकच्या बोलण्याला दुजोरा देत स्वाती म्हणाली," हो आई .भेट वस्तूंची आणि घरात लागणाऱ्या व जुईलीच्या सोबत देण्याच्या भांड्यांची व इतर वस्तूंची खरेदी मी दोन-तीन दिवसात पूर्ण करते तुम्ही अगदी निर्धास्त रहा. घरात लागणाऱ्या किराणा सामानाची यादी ही मी उद्या बनवते ती तुम्ही बघा व त्यात काही कमी जास्त असेल तर मला सुचवा." आईंच्या चेहऱ्यावरचा तणाव आता काहीसा कमी झाला. जेवणं उरकली

व किचनची व्यवस्थित आवरा सावर करून रोजच्याप्रमाणे स्वाती स्वात्विक सोबत फिरायला घराबाहेर पडली.

दोन चार मिनिटे चालून झाल्यावर सात्विक स्वातीला म्हणाला," आता सांग स्वाती तुला मला संध्याकाळपासून जे सांगायचे आहे ते. मला माहित आहे की तू आज खूप खुश आहेस आणि मला काहीतरी सांगण्यासाठी खूप उत्सुकही आहेस. एवढे काय घडले आहे आज?" सात्विकचे बोलणे एकूण स्वातीने आश्चर्याने विचारले," तुला कसे कळले की मला तुला काही सांगायचे आहे ते?" स्वातीच्या प्रश्नाचे उत्तर देत तो तिला म्हणाला," तुझा चेहरा मी वाचू शकतो स्वाती. या चेहऱ्यावरचे सगळे भाव माझ्या ओळखीचे आहेत. जेव्हा तू उदास, निराश असतेस तेव्हा तुझ्या अंतर्मनात चाललेली खळबळ मला तुझ्या चेहऱ्यावर स्पष्ट दिसत असते पण मला आज जाणवते आहे की तू खूप आनंदात आहेस आणि त्याचे कारणही मला कळायलाच हवे नं!" सात्वीकच्या प्रश्नाचे उत्तर देत स्वाती म्हणाली," खरच सात्विक, आज मी खूप खुश आहे. आज कित्येक वर्षांनी माझी शाळेतील अत्यंत जिवाभावाची मैत्रीण मला भेटली. मी जुईली सोबत आदित्यला भेटण्यासाठी 'आनंद विहार' मध्ये गेले होते. जुईली आदित्य सोबत गेल्यानंतर मी तिथेच गार्डनमध्ये तिची वाट बघत बसले होते तेव्हा मला माझी मैत्रीण दिसली पण मी तिला ओळखते, आणि ती माझी मैत्रीणच असेल का? याची मला खात्री पटत नव्हती. शेवटी न राहून मी तिला विचारले की मला तुम्हाला कुठेतरी पाहिल्यासारखे वाटते पण तिने मला बघताक्षणी ओळखले व नंतर ती माझी मैत्रीण कस्तुरीच आहे याची मला खात्री पटली. आज इतक्या वर्षांनी अनपेक्षित पणे आमची भेट झाली. आम्ही दोघींनी खूप वेळ बसून निवांत गप्पा मारल्या पण मन मात्र भरलेच नाही. तिचे नाव कस्तुरी आहे. शाळेत आठवीपर्यंत आम्ही एकाच वर्गात शिकत होतो पण नंतर तिच्या

बाबांची मुंबईला बदली झाली आणि ती मुंबईला निघून गेली व त्यानंतर आमची एकदाही भेट झाली नाही. ती आता एक मानसतज्ञ आहे व तिचे स्वतःचे क्लिनिक आहे. आज तिला भेटले आणि मन भुर्रकन उडून बालपणात गेलं. ते सोनेरी दिवस डोळ्यांसमोर उभे राहिले .बालपणीतील ती आनंदी, उत्साही, महत्त्वाकांक्षी आणि आत्मविश्वासु स्वाती मला आज तिच्या स्मृतीत पुन्हा दिसली आणि मनात एक नवीन ध्येयाची, आशेची चांदणी चमकली. त्यामुळे मनातला तो काळाकुट्ट अंधाकार दूर झाला आणि माझ्यातील चांगल्या गुणवैशिष्ट्यांची, कलागुणांची मला नव्याने ओळख झाली. माझ्याकडे असलेल्या, माझ्यातच दडलेल्या गोष्टी ज्या मी इतरत्र शोधत होते त्याची मला जाणीव झाली आणि मन आनंदाने भरून गेलं. पूर्वीची मला मी सापडले म्हणजेच आता माझं सुख, समाधान, आनंदही मला नक्कीच सापडेल याची खात्री पटली. मनातले दुःख, राग लक्षात ठेवून तो पुन्हा पुन्हा आठवून आपण स्वतःलाच किती त्रास देतो, दुःखी करतो आणि आपल्या चालू काळातील लाख मोलाचा आनंद व येणाऱ्या काळातील साध्य करावयाचे ध्येय यांच्यापासून दूर जातो हे आज मला तिने समजावून सांगितल्यावर पटले आणि स्वतःकडे, जीवनाकडे बघण्याचा दृष्टिकोनच बदलला. शेवटी दृष्टिकोनच तर जीवनाला आकार देत असतो ना ! " स्वाती बोलता बोलता थांबली. स्वाती कडे बघत सात्विक तिला म्हणाला," स्वाती मला पण एकदा कस्तुरीला भेटायचे आहे हं!. ज्या गोष्टी मला तुला इतक्या वर्षांमध्ये समजावता आल्या नाहीत त्या तिने तुला एकाच भेटीत समजावल्या, पण तू अशी बोलता बोलता एकदम गप्प का झालीस?"सात्विकला हातातील मोबाईलवर वेळ दाखवत स्वाती म्हणाली," अरे सात्विक ,दहा वाजून गेले आहेत. उद्या बरीच कामे आहेत आपल्याला लक्षात आहे ना. तुला पण सकाळी हॉस्पिटलला लवकर जायचे आहे पण उद्या सकाळचा नाश्ता आणि

दुपारच्या जेवणाचा डब्बा घेतल्याशिवाय घराबाहेर पडायचे नाही." स्वातीकडे कौतुकाने बघत सात्विक तिला म्हणाला ," स्वाती, आज तुझ्यामुळे मी माझ्या कामावर पूर्ण लक्ष केंद्रित करू शकतो आणि हॉस्पिटलमध्ये असताना सर्जरी सारखी किचकट व जोखमीची कामे करताना मला माझ्या सत्यमची काळजी चिंता वाटत नसते कारण मला माहित आहे की तो तुझ्याजवळ आहे, त्याच्या आईजवळ आहे पण हेच जर तु ही तुझा अहंकार, तुझे अस्तित्व जपण्याचा नावाखाली काम करण्यासाठी घराबाहेर पडली असतीस तर आपल्या बाळाला बाहेरच्यांच्या हातात सोपवावे लागले असते पण तिथे त्याला ती माया व प्रेमही मिळाले नसते. आज तुझ्या आयुष्यातील जे दिवस तू सत्यमच्या संगोपणासाठी लावलेस त्यामुळे फक्त सत्यमचाच चांगला विकास होतो असे नाही तर त्यामुळे माझ्या विकासाला देखील गती मिळते. तू घरात आहेस, सगळे काही व्यवस्थित सांभाळतेस त्यामुळे इतर गोष्टींकडे माझे लक्ष विचलित न होता मी एकाग्रतेने काम करू शकतो व त्यामुळे माझ्या प्रगतीला चालना मिळते. आज मला तुझी साथ आहे म्हणूनच मी माझ्या कामात निष्णात आहे. लोकांना आपली बायको सुंदर आणि सुगरण असावी अशीच अपेक्षा असते पण ती समंजस व शहाणी असावी याचा कोणी विचारत करत नाही, कारण हे गुण असतील तरच ती आपली चांगली मैत्रीण बनू शकते ना! जशी तू माझी मैत्रीण आहेस." पाणावलेल्या डोळ्यांनी सात्विककडे बघत स्वाती म्हणाली," प्रेमाचा, विश्वासाचा आणि मैत्रीचा जो हात तू मला दिला आहेसना त्याच्या साथीने मला स्वतःसाठी काहीतरी करावयाचे आहे, ज्यामुळे तुला माझा, विशेषत: मला माझा अभिमान वाटेल. खरं तर हा तुझ्या मनाचा मोठेपणा आहे की ज्यामुळे तू तुझ्या यशाचे, प्रगतीचे श्रेय मला देतोस. म्हणतात ना, 'आपल्यावर प्रेम करणार माणूस मिळायला भाग्य लागतं' खरचच मी खूप

भाग्यवान आहे." प्रेमाचा, विश्वासाचा, मैत्रीचा हात हातात धरून स्वाती सात्विक घराच्या दिशेने निघाले.

जुईली च्या लग्नाच्या तयारीत स्वातीने स्वतःला झोकून दिले. प्रत्येक बारीक सारीक गोष्टीकडे ती आवर्जून लक्ष देऊ लागली. प्रत्येक काम नियोजित वेळेत, ठरलेल्या पद्धतीने पूर्ण झालेच पाहिजे हा नियम तिने काटेकोरपणे अंगीकारला व त्याची अंमलबजावणी ही ती करू लागली त्यामुळे सगळी कामे वेळेत व व्यवस्थितरित्या पूर्ण झाली व शास्त्री परिवाराला आलेलं लग्नाच्या तयारीचं टेन्शन काही प्रमाणात कमी झालं. सगळी तयारी वेळे आधीच पूर्ण झाली असल्यामुळे आता लग्न निर्विघ्नपणे, व्यवस्थित पार पडणार याची सर्वांना खात्री पटली व घरातील प्रत्येक जण आनंदाने लग्नाच्या उर्वरित तयारीत सहभागी झाले. हे सर्व करत असताना स्वातीला स्वतःचेच खूप आश्चर्य आणि कौतुक वाटत होते. ती विचार करू लागली," खरंच किती आश्चर्यकारक गोष्ट आहे ही की दिवसभर एवढी धावपळ, घरातली कामे, बाहेरची कामे, लग्नाची खरेदी, खर्चाचा हिशोब या सगळ्या गोष्टी करताना माझा दिवस निघून जातो पण मला थकवा मात्र मुळीच येत नाही. एक वेगळाच उत्साह माझ्यामध्ये संचारला आहे हे मला जाणवते आहे. आज मी फक्त माझे कर्तव्य, माझे काम याचाच विचार करते आहे. मी केलेले काम कोणाला आवडेल की नाही किंवा मी केलेल्या कामांची, कष्टांची सर्वांनी प्रशंसा करावी याचीही आता मला अपेक्षा नाहीये पण एक गोष्ट मात्र नक्की आहे की मी जे काही करते आहे त्यामुळे मला मात्र समाधान, आनंद नक्कीच मिळतो आहे. एका गोष्टीचा अनुभव मात्र खरच मिळतो आहे तो म्हणजे आपला दृष्टिकोन बदलला की सारे जगचं बदलल्यासारखे वाटते. आजूबाजूच्या बदलांसोबत बदलत जाणे, व कार्यमग्न राहणे हेच आनंदी, सुखी, समाधानी आणि यशस्वी जीवन जगण्याचे रहस्य असेल ना!

आई -बाबा, सात्विक, जुईली, संकर्षण आणि संस्कृती यांना सर्वांनाच स्वाती मधील फरक जाणवत होता. घरातील प्रत्येकाच्या कामाचा भार, ताण हलका करण्यात स्वातीला समाधान मिळू लागले. स्वतःवर घेतलेली प्रत्येक जबाबदारी स्वाती व्यवस्थित रित्या, कुठेही न डगमगता, न अडखळता, धीराने, धैर्याने पार पाडू लागली याचा सात्विकला खूप आनंद वाटू लागला. स्वाती कडे बघत तो विचार करू लागला," खरंच किती बदल झाला आहे ना स्वाती मध्ये." स्वातीने केलेल्या कामांचे व एकंदरीतच तिच्यामध्ये झालेल्या चांगल्या बदलांचे कौतुक करत सात्विक तिला म्हणाला," मला तुझा खूप अभिमान वाटतो स्वाती. आपल्या आयुष्यामध्ये, जीवनामध्ये काही बदल हे आपोआपच होत असतात पण काही बदल हे आपल्याला जाणीवपूर्वक करावे लागतात परंतु ते करणेही सोपे नसते हं! कारण त्यासाठी आपल्याला, आपल्याच मनाच्या खोल तळाशी जाऊन स्वतःच्याच दोषांना शोधून त्यांना स्वीकारावे लागते आणि हीच खूप जास्त कठीण गोष्ट असते कारण स्वतः मधील चांगले गुण प्रत्येक जण मान्य करतो. समोरच्याने सांगितल्यानंतर बिनविरोध त्याचा स्वीकारच करतो पण गोष्ट जेव्हा अवगुणांची असते किंवा आपल्यामधील दोषांची असते त्याला कोणीही स्वीकारायला किंवा मान्य करायला तयार नसते. परंतु तू तुझ्यातील अवगुण किंवा दोष स्विकारलेस व त्यात जाणीवपूर्वक बदल करण्याची तयारी दाखविलीस ही खूप जास्त अभिमानाची गोष्ट आहे."

सात्विक ने केलेली स्तुती ऐकून स्वातीचे मन हरखून गेले. कस्तुरीला भेटून आल्या दिवसापासून मनात आलेला एक विचार, ज्यावरती ती रोज विचार करत होती त्याबद्दल सात्विक ला बोलण्याचे तिने ठरवले. ती सात्विक ला म्हणाली ,"सात्विक, आता मी खूप खुश आहे. पंखांमध्ये बळ आल्यासारखे वाटत आहे आणि सारी शक्ती

एकवटून उंच आकाशात झेप घ्यावीशी वाटते. त्या दिवशी मी कस्तुरीला भेटले व माझ्या मधले काहीतरी हरवलेले मला नव्याने सापडले. माझी स्वतःशीच पुन्हा एकदा मैत्री झाली व चांगल्या प्रकारे मी मला ओळखू लागले. लहानपणीची एक गोष्ट आता पुन्हा नव्या जोमाने, नव्या उत्साहाने करायची मी ठरवले आहे ती म्हणजे, माझे लिखाण. सात्विक तू मला म्हणत होतास ना तुला आवडणारी एखादी गोष्ट ज्यामुळे तुला आनंद मिळतो, ती मला सापडली. ती म्हणजेच माझे लिखाण. जी एवढी वर्ष मी मागेच सोडून आले होते ते आता मी नव्या उमेदीने, नव्या उत्साहाने सुरू करणार पण तुझा मला पाठिंबा असेल ना रे सात्विक?" क्षणाचाही विलंब न लावता स्वातीच्या प्रश्नाचे उत्तर देत सात्विक म्हणाला," हे काय विचारणे झाले स्वाती. तूझा माझ्यावर विश्वास नाहीये का? तू जे काही ठरवले आहेस त्याबद्दल मला खूप आनंद झाला आहे. मी तुझ्यासोबत आहे. तुझ्या आनंदाच्या, सुखाच्या, समाधानाच्या वाटेवर प्रत्येक पाऊल टाकताना मी तुझ्यासोबत आहे. ज्याप्रमाणे माझी स्वप्नं, माझी यशाची शिखरं गाठताना तू माझी साथ दिलीस, माझा आधार, माझा विश्वास बनलीस तोच आधार, तोच विश्वास बनण्याचा व तुला तुझ्या मनातील सुख, ती सुप्त इच्छा पूर्ण करण्यास साथ देण्याचा मी पूर्ण प्रयत्न करेन. तू फक्त तुझे पाऊल पुढे टाक. तुझी वाट तुला आपोआपच सापडेल.

जुईलीच्या लग्नाची जोरदार तयारी झाली आणि अखेर लग्नाचा दिवस उजाडला. शास्त्री व कीर्लोस्कर कुटुंब, आपले प्रियजन, आप्तेष्ट, नातेवाईक व मित्रमंडळींसोबत लग्न सोहळा थाटामाटात पार पाडण्यासाठी एकत्र जमले. कुलदेवतेच्या आशीर्वादाने, मंगलाष्टकांच्या घोषात, सनई चौघडांच्या साथीने व लग्न मंडपात जमलेल्या सर्वांच्या शुभेच्छांच्या वर्षावात आदित्य जुईलीचे लग्न लागले. अग्नीच्या साक्षीने सप्तपदी पूर्ण करत आदित्य व जुईली एकमेकांचे जन्मोजन्मीचे सहचारी

बनले. लग्न सोहळा विधीवत, आनंदात पार पडला. असहनीय विरहाचे अश्रू डोळ्यात व सुंदर गोड नव जीवनाची स्वप्न मनात घेऊन जुईलीने शास्त्री परिवाराचा आता किर्लोस्कर परिवाराचा अविभाज्य भाग म्हणून निरोप घेतला.

जुईलीची पाठवणी करून जड अंतकरणाने सर्वजण घरी परतले. प्रत्येक जण जुईलीच्या आठवणीने व्याकुळ झाले. एवढ्या दिवसांपासून चाललेली लग्नाची तयारी, कामांची गडबड आता थांबली होती. जुईलीच्या सासरी पाठवणीच्या कार्यक्रमापर्यंत अत्यंत आनंदात, उत्साहात असणाऱ्या प्रत्येकाच्या अंगातील त्राण आता निघून गेले. थकलेल्या शरीराच्या वेदनांची आता जाणीव होऊ लागली. पण त्याचबरोबर आपल्या लाडक्या जुईलीचे लग्न निर्विघ्नपणे पार पडले याचा आनंद प्रत्येकाच्या मनाला सुखावत होता. धावण्याची शर्यत थांबावी व धावणाऱ्या प्रत्येकाने विसावा घेऊन शांत बसावे त्याप्रमाणे सर्वजण हॉलमध्ये एकत्र येऊन विसावले होते. स्वातीने सर्वांसाठी आले घालून गरमागरम चहा बनविला व चहाचा ट्रे घेऊन ती हॉलमध्ये आली. सर्वांना तिने चहा दिला. आईसाठी बनविलेला कमी साखरेचा चहाचा कप घेऊन ती आईजवळ गेली. स्वातीला समोर पाहून आईंना गहिवरून आले. स्वातीच्या हातातील चहाचा कप हातात घेऊन आईने तो शेजारच्या टेबलावर ठेवला व स्वातीचा हात हातात धरून स्वतः शेजारी बसवत त्या तिला म्हणाल्या, "खूप थकली असशील ना तू स्वाती? जुईलीचे लग्न ठरल्यापासून, जुईली आता सासरी जाणार या विचाराने मन कोमेजून जात होते. पण त्याचबरोबर या घराला आपले मानणाऱ्या, या घरातील प्रत्येकासाठी धडपडणाऱ्या, जुईलीची मैत्रीण बनून तिला समजून, सांभाळून घेणाऱ्या, घरातील प्रत्येक कामाची जबाबदारी स्वीकारून ती यशस्वीरित्या सांभाळणाऱ्या तुला, तुझ्यातल्या या घराच्या

सुनेची कर्तव्य निभावणाऱ्या माझ्या सुनेला बघून, माझ्या कोमेजलेल्या मनाला नवचैतन्याची पालवी फुटत होती. तुझे खूप कौतुकही वाटत होते आणि आश्चर्यही की, एवढ्या लहान वयात एवढा समजूतदारपणा, समंजसपणा कसा आला गं तुझ्यामध्ये? मला खात्री आहे की तू प्रेमाच्या घट्ट धाग्यांनी माझ्या कुटुंबाला नेहमी एकत्र बांधून ठेवशील." असे बोलून आईंनी स्वातीच्या चेहऱ्यावरून अलगद हात फिरवला व तिची पाठ थोपटली. मध्यान्हाच्या कडक उन्हातून चालणाऱ्या एखाद्या वाटसरूला दाट हिरव्या गर्द झाडाखाली विश्रांती मिळावी त्याप्रमाणे थकलेल्या, शिणलेल्या स्वातीला आईंच्या प्रेमळ स्पर्शाने व कौतुकाच्या थापेने अल्हाददायक प्रेमाची, मायेची झुळूक मिळाली. लग्न थाटामाटात, कुठलीही गडबड न होऊ देता पार पाडण्याची खिंड लढवण्यात स्वातीने सिंहाचा वाटा उचलला असा अभिप्राय बाबांनी व संकर्षणने नोंदवला. सर्वजण स्वातीचे कौतुक करू लागले .

रात्रीच्या शांततेत स्वाती एकटीच आपल्या रूमच्या बाल्कनीत बसून विचार करू लागली, "मला नेहमी हे हवे असायचे की सर्वांनी माझ्या कामाची दखल घ्यावी. मी केलेल्या गोष्टींची जाण ठेवून माझे कौतुक, प्रशंसा करावी. पण आतापर्यंत असे कधीच झाले नव्हते ते आज झाले. खरे तर जुईलीच्या लग्नाची कामे करताना कोणीही माझ्या कामाची, मी केलेल्या कष्टांची दखल घ्यावी अशी कुठलीही अपेक्षा मी ठेवली नव्हती. या सर्व गोष्टी मी एक आव्हान म्हणून स्वीकारल्या होत्या. प्रत्येक काम करताना मला माझी कुवत, गोष्टी हाताळण्याची सचोटी कळत होती. स्वतःच्या सीमा ओळखून स्वतःला पुढे जाण्यासाठी अजून किती पावलांची गरज आहे हे मी बघत होते. आईंची कौतुकाची थाप पाठीवर पडली आणि शरीराचा थकवा पार पळून गेला. खरे तर आपल्या शरीराची सारी सूत्रे आपल्या मनाच्याच हातात असतात ना!, मन प्रसन्न

असेल तर शरीरही ऊर्जावान आणि निरोगी भासते पण मन जर दुःखी निराश असेल तर शरीरालाही एक प्रकारची मरगळ येते आणि आपण आजारी आहोत असेच सतत भासत राहते. मनाला मात्र सतत हाव असते ती सुखाची. पण सुख सुख हे असतं तरी काय? प्रत्येकाच्या दृष्टीने त्याची व्याख्या, अनुभव हा वेगळा असेल ना? आज आईंच्या मनातील माझ्या विषयीचे विचार ऐकून मन आनंदुन गेले .त्यांनी मायेने फिरवलेल्या हाताच्या स्पर्शाने मनाला प्रेमाची, विश्वासाची उब जाणवली. जे प्रेम, विश्वास, आपुलकी आणि ओढ मला या घराविषयी आणि घरातल्या प्रत्येकाविषयी वाटते तेच प्रेम, तोच विश्वास ,आणि तीच आपुलकी आणि ओढ या घरातल्यांनाही माझ्याविषयी वाटते याची जाणीव झाली. मनाचं आकाश आनंदाच्या असंख्य ताऱ्यांनी गच्च भरून गेले आहे असे वाटत आहे. घरातील सुख- दुःख, जबाबदाऱ्या आणि कर्तव्यं वाटून घेऊन घरातील प्रत्येकाच्या मनात स्वतःची जागा निर्माण करून आज मला माझे अस्तित्वच मिळाले आहे नं !घरातील प्रत्येकासोबत असलेल्या नात्याची वीण आता घट्ट विणली गेली आहे. मनाने एकमेकांच्या जवळ येऊन नात्यातील गोडवा कित्येक पटीने वाढला आहे हे आता लक्षात येत आहे. माझ्या दृष्टीने माझ्या सुखाची व्याख्या आणि अनुभव हाच तर आहे ना! मनातील विचार चक्र थांबवून समाधानाच्या मखमली कुशीत स्वाती शांतपणे झोपली.

आज रविवार, सुट्टीचा दिवस. स्वातीने सकाळचा गजर लावलाच नव्हता. सगळे काही आरामात आणि सावकाश करायचे हे ठरलेलेच. सकाळ झाली पक्षांच्या किलबिलाटाने स्वातीला जाग आली. डोळे उघडून बघते तर काय सात्विक गरमागरम कॉफीचे मग घेऊन स्वाती समोर उभा होता. स्वातीची कळी एकदम खुलली. चेहऱ्यावर गोड हसू घेऊन ती सात्विकला म्हणाली, "कसं कळत रे तुला, मला काय हवे आहे

ते? मला हवी असणारी प्रत्येक गोष्ट मी मागण्या अगोदरच तू माझ्यासमोर हजर करतोस." सात्विक ने झोकात शर्टची कॉलर टाईट केली व स्वातीला कॉफीचा मग देत तो म्हणाला ,"अगोदर कॉफी पिऊन मला सांग तर, कशी झाली आहे ते?" स्वातीने कॉफीचा एक घोट पिऊन कॉफी खूप छान झाली असल्याची पावती सात्विक ला दिली. गरमागरम कडक कॉफीचे घोट घेत स्वाती सात्विक ला म्हणाली ,"आज कितीतरी दिवसांनी असा निवांत वेळ मिळाला आहे ना आपल्याला. मागील बरेच दिवस आपण दोघेही आपापल्या कामात खूपच व्यस्त होतो त्यामुळे एकमेकांबरोबर मन मोकळं करायला वेळच मिळाला नाही त्यामुळे खूप दिवसांपासून आपण भेटलोच नाही असे मला वाटत आहे." स्वातीने व्यक्त केलेली खंत ऐकून सात्विक तिची समजूत काढत म्हणाला, पण आज आता तर मिळाला आहे ना वेळ आपल्याला. आज आपण अगदी निवांत आरामात मन भरेपर्यंत गप्पा मारणार आहोत पण आज मला अगोदर तुझे लिखाण कुठपर्यंत आले आहे हे जाणून घ्यायचे आहे. मागील काही दिवसांपासून तुझे लिखाण चालू असल्याचे मी बघत आहे पण तुझ्या कामामध्ये व्यत्यय नको म्हणून मी तुला त्याबद्दल काहीच बोललो नाही. मागील काही दिवसात तुझ्यावर लग्नाची तयारी व घरातील कामांची जबाबदारी तर होतीच पण त्याचबरोबर तुला मिळेल तेव्हा जमेल तेवढा वेळ तू लिखाणालाही देतच होतीस त्यामुळे या दिवसात आपल्या घरातील सर्वात व्यस्त व्यक्ती तूच होतीस. पण आता माझी उत्सुकता खूपच शिगेला पोहोचली आहे. माझ्या लाडक्या बायकोने काय काय लिहिले आहे? तुझे विचार, तुझ्या मनातल्या गोष्टी मला ते वाचूनच तर कळतील ना! तुझ्या मनाचे, भावनांचे, विचारांचे, इच्छा अपेक्षांचे प्रतिबिंब दाखवणारा तो आरसा आता मला बघायचा आहे. माझी, सत्यम ची काळजी घेत व घरातील सर्व जबाबदाऱ्या, कर्तव्यं पार पाडत तू तुझी

आवडती गोष्ट म्हणजेच लिखाण करायचे ठरवले व त्याला मिळेल तसा वेळ काढत सुरुवात केली हीच तुझी यशाची पहिली पायरी आहे."

तिचे लिखाण वाचण्यासाठी सात्विक एवढा उत्सुक आहे हे जाणून स्वातीला खूपच आनंद झाला. उत्साहाने ती सात्विकला म्हणाली, "सात्विक, मला माहित आहे माझ्या प्रत्येक गोष्टीबद्दल तू नेहमीच खूप भावनिक राहिला आहेस पण माझ्या लिखाणाच्या आवडीलाही तू खूप प्रोत्साहन दिलेस आणि त्यामुळेच माझी लिखाणाची आवड पुन्हा एकदा माझ्या जीवनात आली आणि माझा हरवलेला आनंद समाधान मला परत मिळेल असा विश्वास निर्माण झाला. जीवनाकडे, जगण्याकडे बघण्याचा दृष्टिकोन आता बदलला आहे असे वाटत आहे. मी खूप खूप आनंदात आहे. मनातील विचारांचे खेळ, भावनांचे लपंडाव हळूहळू कागदावर उतरवत गेले आणि मनावरील भार, दुःख, आवेग, ताण हळूहळू कमी होत गेला आणि मन एखाद्या रेशमी पिसाप्रमाणे अलगद आकाशात तरंगू लागले. कुठेही न दिसणारे हे एवढेसे मन, पण त्याच्यावर प्रत्येक व्यक्तीचं आयुष्य, व्यक्तिमत्व अवलंबून असतं. मन दिसत तर नाही पण त्याच्या अस्तित्वाची जाणीव मात्र ते आपल्याला नेहमीच करून देत असतं. विचार, भावना, स्मृती आणि कल्पनांच्या अथांग सागरात असलेल्या या मनातील गोष्टी मी कागदावर उतरवल्या तर एक अख्ख पुस्तकच तयार झालं. माझी हीच इच्छा होती की मी जे काही लिहिले आहे ते तूच सर्वात अगोदर वाचावे."

स्वातीची लिखाणाची वही उत्साहाने हातात घेत सात्विक तिला म्हणाला," अरे हो, हा पहिला माझाच अधिकार आहे. आज मला भरपूर वेळ आहे तुझे विचार वाचण्यासाठी पण आज मला हे वाचताना कोणीही डिस्टर्ब करायचं नाही. माझ्या गोड बायकोचं म्हणणं तरी काय

आहे? ते मी जरा जाणून घेतो." एवढे बोलून सात्विक ने वाचायला सुरुवात केली व स्वाती घरातील कामे आवरण्यासाठी रूमच्या बाहेर पडली. स्वातीचे लिखाण वाचण्यात सात्विक एवढा गढून गेला होता की, तीन चार तास कसे निघून गेले हे त्याला कळलेच नाही. स्वातीने घरातील सगळी कामे आवरली व ती रूम मध्ये सात्विक शेजारी येऊन बसली. सात्विक वाचनात एवढा गुंग झाला होता की स्वाती आल्याचेही त्याच्या लक्षात आले नाही. स्वातीने हलकेच सात्वीकच्या हातातील वही काढून घेतली. सात्विकने आश्चर्याने स्वाती कडे बघताच ती त्याला म्हणाली," तू विचार करत असशील ना सात्विक, की हा काय वेडेपणा आहे? माझ्या मनात असे कसे विचार आहेत? तूच काय, दुसरे कोणीही वाचले तर त्याला असे वाटू शकेल पण मला माहित आहे हीच ती गोष्ट आहे जिच्या रूपात मला माझ्या आनंदासोबत, माझं अस्तित्व जपून कर्तृत्व सिद्ध करण्याची संधी मिळाली आहे आणि ही संधी मला माझी स्वतःची ओळख निर्माण करण्याच्या, स्वप्नाच्या दिशेने घेऊन जाणारी पाऊलवाट ठरणार आहे. आपण हे नेहमी ऐकत असतो ना की 'व्यक्ती तितक्या प्रकृती' असतात. यावरून असे नक्की होईल की माझे विचार, मी लिहिलेल्या गोष्टी काहींना आवडतील आणि काही जणांना आवडणारही नाही पण या गोष्टीचा विचार न करता मला, मी जशी आहे, माझे विचार, माझे मन जसेच्या तसे मांडायचे आहे. कोण काय म्हणेल, कोणाला काय आवडेल किंवा आवडणार नाही? याचा विचार न करता, मी असाही विचार करू शकते ना की वाचकांमध्ये काही वाचक माझ्यासारखेही असतीलच ना की ज्यांच्या मनाला माझे विचार, अनुभव भावतील. मला माझ्यासारख्याच परिस्थितीमध्ये, भावनांमध्ये, समाज बंधनांमध्ये अडकलेल्या स्त्री वाचकांसाठी एक हितगुज म्हणून माझे विचार एका पुस्तक रूपात एकत्रित आणावयाचे आहेत."

स्वातींचे लिखाण वाचून सात्विक भारावून गेला होता. स्वातीमध्ये असणारी कला मला कधीच कशी कळली नाही याचे त्याला आश्चर्य वाटत होते. स्वातीचे म्हणणे अगदी मनापासून ऐकून घेत सात्विक तिला म्हणाला," तुझे लिखाण एका पुस्तकात रूपांतरित करण्यासाठी माझा तुला पूर्ण पाठिंबा आहे त्यासाठी मी तुला सर्वतोपरी मदत करेन. मी आजपासून त्याची पूर्ण माहिती घेऊन तुझ्या पुस्तक प्रकाशनाच्या कामाला लागतो."

रात्रंदिवस खूप मेहनत घेऊन स्वातीने तिचे लिखाण पूर्ण केले आणि सात्विक ने तीची सर्वतोपरी मदत करून तिचे पुस्तक प्रकाशित केले.

स्वातीचे पुस्तक पाहून घरातील प्रत्येक जण स्वातीचे तोंड भरून कौतुक करत होते. नातेवाईक व मित्रमंडळी भरभरून शुभेच्छा व कौतुकांचा वर्षाव करू लागले. स्वातीने पुस्तक हातात घेतले व डोळे भरून ती ते पाहू लागली. पुस्तकात लेखिकेच्या नावासमोर लिहिलेले स्वतःचे नाव स्वातीने वाचले आणि तिच्या डोळयातून अश्रूंच्या धारा वाहू लागल्या. गहिवरलेल्या मनाने, पाणावलेले डोळे पुसत ती सात्विक ला म्हणाली," या पुस्तकातून माझं नाव कोणीही मिटवू शकत नाही. यावर फक्त माझा हक्क आहे, माझा अधिकार आहे. आज या पुस्तकावर मुद्रित झाल्यामुळे माझ्या नावाला जे महत्व मिळाले आहे ते आजवर कुठेही कधीही मिळालेले नाही. त्यामुळे हे पुस्तक माझ्या आयुष्यातील एक अत्यंत मौल्यवान गोष्ट असून माझ्या आयुष्याची खरी कमाई आहे. मनाच्या या अथांग सागरात कुठेतरी खोलवर दडलेली एक सुप्त इच्छा आज पूर्ण झाली. मी केलेली एक कल्पना आज सत्यात उतरली. माझी स्वतःकडून, आपण स्वतः काहीतरी करावे. काहीतरी वैशिष्ट्य पूर्ण करून

स्वतःची विशेष ओळख निर्माण करावी, ही मी माझ्याकडून केलेली अपेक्षा आज पूर्ण झाली. पण माझा हा प्रवास इथेच संपणार नसून आज खऱ्या अर्थाने मी माझ्या स्वप्नांच्या दिशेने प्रवास सुरू केला आहे. पण ही गोष्ट ही तितकीच खरी आहे की हा प्रवास मी फक्त माझ्या आनंदासाठी, माझ्या समाधानासाठी आणि माझा स्वाभिमान जपला जावा यासाठी करणार आहे, या व्यतिरिक्त, कोणी माझे कौतुक करावे, माझी स्तुती, प्रशंसा करावी याची मला कणभरही अपेक्षा नाही. एका गृहिणीच्या भूमिकेत असताना, घरातील माझ्या लोकांची काळजी घेत, घरातील कर्तव्य आणि जबाबदारी पार पाडत असताना त्यातून मला आनंद मिळत होता पण माझे अंतर्मन, स्वतःकडून खूप अपेक्षा ठेवणारी, महत्त्वाकांक्षी, पण स्वतःच्या स्वप्नांपासून दूर गेलेली, वाट चुकलेली मी, आणि माझ्या संवेदनशील मनाची आर्त हाक, मला एक प्रश्न वारंवार विचारत असे, तो म्हणजे, 'मी काहीच बनू शकले नाही ,स्वतःच्या पायावर उभी राहू शकले नाही म्हणून मी गृहिणी झाले का?' आणि त्याचे समर्थन करण्यासाठी, 'आता यातच मला आनंद मिळतो' अशी मी माझ्या मनाची समजूत काढते का? मला काहीच जमले नाही म्हणून मी गृहिणी झाले का? पण आज माझ्या एका हातात मी स्वतः लिहिलेले पुस्तक आहे आणि तरीही मी अभिमानाने आनंदाने म्हणेल की 'मी एक गृहिणी आहे.' मी बऱ्याच ठिकाणी पाहिले आहे आणि अनुभवलेही आहे की बरेच लोक असा विचार करतात की, एक स्त्री जिला शिक्षणात किंवा इतर कलागुणांत विशेष प्राविण्य मिळाले नाही किंवा अपयश मिळाले त्या सर्व स्त्रिया गृहिणी बनतात. थोडक्यात काय तर जिला काहीच जमले नाही ती गृहिणी. त्यामुळे घरातील तिच्या कामाकडे, कुठल्याही कामाचा मोबदला न घेता, घड्याळाच्या काट्याचे नियम न लावता सतत होणाऱ्या परिश्रमांकडे कोणीही लक्ष देत नाही किंवा त्याला फारसे महत्त्वही दिले

जात नाही. चेहऱ्यावर आनंद ठेवून सतत घरासाठी, घरातल्यांसाठी राबणाऱ्या या गृहिणीच्या कष्टांच्या, स्वप्नांच्या, एकंदरीत संपूर्ण आयुष्याच्या ,भक्कम पायावरच तर त्या कुटुंबातील इतरांच्या यशाचे, प्रगतीचे आणि स्वप्नांचे उंच आणि भव्य मनोरे रचले जात असतात पण तिच्या मनात स्वतःबद्दल मात्र नकारात्मकता साचत जाते. आज मी माझ्या मते घराचा उंबरा न ओलांडता, माझ्या घराची, माझ्यावर असलेली प्रत्येक जबाबदारी पार पाडत या पुस्तकाच्या रूपाने, स्वतःबद्दल असलेली नकारात्मकता किंवा स्वतःबद्दलची कमीपणाची भावना दूर सारण्यात यशस्वी झाले आहे. गृहिणीची कर्तव्यं पार पाडत असताना स्वतःसाठी, स्वतःचे आवडीचे काम पूर्ण करून मी माझ्या मनात, माझ्याविषयीचे आदराचे स्थान निर्माण केले आहे. आज मी स्वतःला न्याय दिला आहे. त्यामुळे आता यापुढे मी गृहिणीची भूमिका ही योग्य प्रकारे पार पाडेल. स्वतःलाही, स्वतःच्या मनात आदर आणि सन्मानाचे स्थान देऊ शकेल.

मनाचे मनाशी चाललेले भांडण आणि त्यातून निर्माण झालेले एक निराशेचे, निरुत्साहाचे आणि स्वतः विषयीच्या तिरस्काराच्या, नकारात्मकतेच्या भावनांचे वादळ आता शमले आहे. सुकलेल्या, कोमेजलेल्या मनाच्या आशा आता पल्लवीत झाल्या आहेत. नवीन विचारांची, नव्या स्वप्नांची पालवी फुटून आयुष्य आता बहरणार.

माझ्या आयुष्यात आलेलं हे यश, हा आनंद आज फक्त तुझ्यामुळे मला मिळाला आहे. कारण सात्विक, तुझ्या मदतीशिवाय, तुझ्या प्रोत्साहना शिवाय, आजवर मनावर उमटलेली अपयशाची ही वादळवाट मी पारच करू शकले नसते. बायकोचे कर्तुत्व सिद्ध करून तिचे अस्तित्व जपण्यासाठी तिला मदत करणारा तुझ्यासारखा नवरा,

पाठीराखा आणि मनाची गुंतागुंत सोडवून मनातील प्रत्येक भावना समजून घेणारा जोडीदाराच्या भूमिकेतील एक चांगला मित्र जर प्रत्येक स्त्रीला भेटला तर माझ्यासारखेच प्रत्येक स्त्रीच्या आयुष्याचे सोने होईल. माझ्या स्वप्नांना तू प्रेरणेचे पंख दिलेस."

www.ingramcontent.com/pod-product-compliance
Lightning Source LLC
LaVergne TN
LVHW061557070526
838199LV00077B/7091
* 9 7 8 9 3 5 9 8 9 2 3 2 0 *